പൂച്ച ഇരപിടിക്കുന്നതെങ്ങനെ

poocha erapidikkunnathengane
stories

•

jose pazhukkaran

•

first edition
may 2019

•

typesetting & published
chintha publishers, thiruvananthapuram

•

cover
vinod mangoes

വിതരണം

ദേശാഭിമാനി ബുക്ക് ഹൗസ്
H O തിരുവനന്തപുരം-695 035
phone: 0471-2303026, 6063026
www.chinthapublishers.com
chinthapublishers@gmail.com

ബ്രാഞ്ചുകൾ

ഹെഡ്ഡാഫീസ് ബ്രാഞ്ച് കുന്നുകുഴി • സ്റ്റാച്യു തിരുവനന്തപുരം • കെ എസ് ആർ ടി സി ബസ് സ്റ്റേഷൻ ആലപ്പുഴ • കെ എസ് ആർ ടി സി ബസ് സ്റ്റേഷൻ എറണാകുളം • മച്ചിങ്ങൽ ലെയ്ൻ തൃശൂർ • ഐ ജി റോഡ് കോഴിക്കോട് • മാവൂർ റോഡ് കോഴിക്കോട് • എൻ ജി ഒ യൂണിയൻ ബിൽഡിങ് കണ്ണൂർ • സെൻട്രൽ ബസ് ടെർമിനൽ കോംപ്ലക്സ് താവക്കര കണ്ണൂർ

CO - 2797 / 5059
ISBN - 978-93-88485-59-3

പൂച്ച ഇരപിടിക്കുന്നതെങ്ങനെ

(കഥകൾ)

ജോസ് പാഴൂക്കാരൻ

ചിന്ത പബ്ലിഷേഴ്സ്
തിരുവനന്തപുരം-695 035

ജോസ് പാഴൂക്കാരൻ

കഴിഞ്ഞ 15 വർഷമായി മലയാള സാഹിത്യരചനയിൽ ഏർപ്പെട്ടിരിക്കുന്നു. ലേഖനങ്ങൾ, അനുഭവക്കുറിപ്പുകൾ, കഥകൾ, നോവലുകൾ എന്നിവ ആനുകാലികങ്ങളിൽ എഴുതാറുണ്ട്. വിദ്യാഭ്യാസം: ഇംഗ്ലീഷ് സാഹിത്യത്തിൽ ബിരുദാനന്തരബിരുദം. ചില മാഗസിനുകൾക്കുവേണ്ടി ഇംഗ്ലീഷ് ട്രാൻസിലേഷൻ ജോലികളും ചെയ്യുന്നു. ഇപ്പോൾ വയനാട്ടിൽ ഇംഗ്ലീഷ് ട്രെയിനർ ആയി ജോലിചെയ്യുന്നു.

പുസ്തകങ്ങൾ: *ചാവുകര, ഈ‌രയുടെ പ്രസവം ഒരു ലൈവ്ഷോ (കഥകൾ) അരിവാൾ ജീവിതം, കറുത്തപുലികൾ ജനിക്കുന്നത്, ബുദ്ധൻ ചിരിക്കുന്നില്ല* (നോവലുകൾ) *ദൈവത്തിന്റെ നാട്* (തിരക്കഥ), *കാപ്പിമൂപ്പന്റെ കാടനുഭവങ്ങൾ* (ട്രൈബൽ മൂപ്പന്റെ അനുഭവക്കുറിപ്പ്), *Sickle life* (ഇംഗ്ലീഷ് നോവൽ) എന്നിവ പുസ്തകങ്ങൾ.

അവാർഡുകൾ: അരിവാൾ ജീവിതം (കേരള ഭാഷാ ഇൻസ്റ്റിസ്റ്റ്യൂട്ട് നോവൽ അവാർഡ്, കാസർഗോഡ് തുളുനാട് നോവൽ അവാർഡ്) കറുത്തപുലികൾ ജനിക്കുന്നത് (ഒ വി വിജയൻ നോവൽ പുരസ്കാരം), ബുദ്ധൻ ചിരിക്കുന്നില്ല (പൂർണ്ണ ഉറൂബ് നോവൽ അവാർഡ്-2018). കൂടാതെ ശ്രീലതടീച്ചർ പുരസ്കാരം (കഥ: ചാവുകര)പൊൻകുന്നം വർക്കി കഥാ അവാർഡ്(കഥ: പന്നിവർഗ്ഗം) ഛത്തീസ്ഗഡ് കഥാ അവാർഡ് (കഥ: മരണച്ചൂത്) എന്നിവ ലഭിച്ചു.

വിലാസം : ജോസ് പാഴൂക്കാരൻ
പാടിച്ചിറ പി ഒ, പുൽപ്പള്ളി 673579
വയനാട്

ഫോൺ : 9495532101
whatsapp : 9744859120,
Face Book: ജോസ് പാഴൂക്കാരൻ ജോസ്
email : pazhukaran@gmail.com

ഉള്ളടക്കം

സമർപ്പണം

മതത്തെയും ദൈവത്തെയും രാഷ്ട്രീയവല്ക്കരിക്കാത്ത
നല്ല മനുഷ്യർക്ക്

പ്രസാധകക്കുറിപ്പ്

***അ**രിവാൾ ജീവിതം* എന്ന നോവലിലൂടെ വായനക്കാരുടെ ചങ്കിൽ തറച്ച പേരാണ് ജോസ് പാഴൂക്കാരൻ. കാല്പനിക സൗന്ദര്യത്തിന്റെ ചന്ദ്രികയല്ല, എരിയുന്ന ഉച്ചവെയിലാണ് പാഴൂക്കാരന്റെ കഥകൾ. കാർഷിക പ്രതിസന്ധിയും ആത്മഹത്യയുമെല്ലാം പതിവു വാക്കുകൾ മാത്രമായി പ്രജ്ഞയിൽ തൊടാതെ കടന്നുപോകുന്ന ഇക്കാലത്ത് തൂലികകൊണ്ടതിനെ കാൻവാസിലുറപ്പിക്കുകയാണ് മരണച്ചൂത് എന്ന കഥയിൽ. സമകാലിക ഇന്ത്യൻ പരിതസ്ഥിതിയിൽ പിറന്ന ഏറ്റവും ശക്തമായ കഥകളിലൊന്നാണിത്. മനുഷ്യജീവിതം ചെന്നുപെടുന്ന പ്രതിസന്ധികളുടെ ആഴക്കിണറുകളിലേക്കു പ്രതിഭയുടെ റാന്തൽ വിളക്കുകൾ തെളിയിക്കുന്ന കഥകളാണ് *പൂച്ച ഇര പിടിക്കുന്നതെങ്ങനെ* എന്ന ഈ സമാഹാരത്തിൽ.

ചിന്ത പബ്ലിഷേഴ്സ്

നന്ദിയുടെ ഒരു വാക്ക്

പ്രിയപ്പെട്ടവരെ,

എഴുത്ത് ഒറ്റയ്ക്കുള്ള ഒരു തോണി തുഴച്ചിലാണ്, എഴുത്തുകാരന്റെ പങ്കായം പേനയും. ഭീകരമായ കാറ്റുംകോളുമുള്ളപ്പോൾ തോണിതുഴഞ്ഞ് മറുകരയെത്തിക്കാൻ പാടുപെടുന്ന തുഴച്ചിൽക്കാരന്റെ കഷ്ടപ്പാട്, സങ്കടം ആർക്കുമറിയില്ല... പങ്കായം വേണ്ടവിധം ഉപയോഗിച്ചാലെ തോണി കൃത്യമായി കരയ്ക്കണയൂ അല്ലെങ്കിലത് അപകടത്തിൽ പെട്ടേക്കാം. ചിലപ്പോൾ മലവെള്ളം പൊങ്ങി തുഴച്ചിലിനെ വലച്ചേക്കാം അപ്പോഴൊക്കെ മരണം അയാൾക്കൊപ്പമുണ്ടാകുമെന്നതാണ് സത്യം. എങ്കിലും അയാൾ തുഴഞ്ഞുകൊണ്ടേയിരിക്കുകയാണ്.. കൂലി പക്ഷേ, തുച്ഛമെങ്കിലും പിണക്കങ്ങളില്ലാതെ അയാൾ തുഴയുകതന്നെയാണ്. ചിലപ്പോൾ ഒന്നും കിട്ടില്ല.. ചിലപ്പോൾ വല്ലതും കിട്ടിയാലായി..എന്തായാലും കിട്ടുന്നത് സന്തോഷത്തോടെ വാങ്ങുക എന്നത് തുഴച്ചിൽക്കാരന്റെ ബാദ്ധ്യതയാണ്. തന്റെ തോണിയിൽക്കേറി മറുകരയെത്തുമ്പോൾ ആളുകൾ ആശ്വസിച്ച് ഇറങ്ങിപ്പോകുന്നതാണ് തുഴച്ചിൽക്കാരനെ ഏറെ സന്തോഷിപ്പിക്കുക....അതുകൊണ്ട് ഈ തുഴച്ചിൽ കുട്ടിക്കളിയല്ലന്ന് തുഴച്ചിൽക്കാരൻ പഠിച്ചുവച്ചിട്ടുണ്ട്... ഇനി ഈ തുഴച്ചിലിൽ എന്നെ കൃത്യമായി സഹായിക്കുന്ന ചിലരുണ്ട്.. അവരെ ഓർക്കാതെ ഈ തോണി അക്കരെയെത്തിക്കാൻ കഴിയില്ല. അതുകൊണ്ട് എന്തിനും എപ്പോഴും കൂടെയുള്ള എഴുത്തുകാരനും അദ്ധ്യാപകനുമായ ശ്രീ. ഷാജി പുൽപ്പള്ളി, റഹ്മാൻ കിടങ്ങയം, ഹാരീസ് നെന്മേനി, തുടങ്ങി.... വയനാട്ടിലെ മറ്റെല്ലാ എഴുത്തുസുഹൃത്തുക്കൾക്കും നന്ദി. ഇതിലെക്കഥകളെല്ലാം പലകാലങ്ങളായി മലയാളം വാരിക, ദേശാഭിമാനി വാരിക, ജനശക്തി വാരിക .....തുടങ്ങിയ

ആനുകാലികങ്ങളിൽ പ്രസിദ്ധീകരിച്ചുവന്നതാണ് അതുകൊണ്ട് അതിലെ പത്രാധിപന്മാരെ നന്ദിയോടെ ഓർക്കുന്നു.

ഈ കഥകൾക്ക് അവതാരിക എഴുതിയ തിരൂർകോളേജിലെ മലയാളവിഭാഗം പ്രൊഫസർ ഡോക്ടർ സി ഗണേഷിനും, ഈ കഥാസമാഹാരം പ്രസിദ്ധീകരിക്കുന്ന ചിന്താ പബ്ലിഷേഴ്സിനും നന്ദി.

ഇനി ഈ പുസ്തകം വായനയ്ക്കായി തിരഞ്ഞെടുക്കുന്ന നിങ്ങൾക്കും നന്ദി.

ജോസ് പാഴൂക്കാരൻ

അനുഭവസാഹിത്യം ചില നേർവരകളിലൂടെ

സി ഗണേഷ്

അറിഞ്ഞോ അറിയാതെയോ എഴുത്തിൽ ഇടവേളകളിട്ടുവരുന്ന ഒരു മിന്നലാണ് ജോസ് പാഴൂക്കാരൻ. തുടക്കത്തിൽ കുറച്ച് കഥകളുമായി വന്നു. പിന്നീട് കുറേ കഴിഞ്ഞ് *അരിവാൾ ജീവിതം* എന്ന നോവലുമായി വന്നു. പിന്നെ അതിന്റെ ഇംഗ്ലീഷ് പരിഭാഷയുമായി രംഗത്ത്. ഉത്തരേന്ത്യൻ യാത്രക്കുറിപ്പുകളുമായും ഇടയ്ക്ക് പ്രവേശിച്ചു. ഒടുവിൽ *ബുദ്ധൻ ചിരിക്കുന്നില്ല* എന്ന നോവലിന് 2018 ലെ പൂർണ്ണ - ഉറൂബ് പുരസ്കാരവും വാങ്ങി വന്നു. നിരന്തരമായ സർഗ്ഗാത്മകതയുടേയും കഠിനാദ്ധ്വാനത്തിന്റേയും മറുപേരാണ് ജോസ് പാഴൂക്കാരൻ. ശരിക്കുമൊരു കനൽ. അത് എല്ലാ നേരവും ജ്വലിക്കുകയില്ല. ഇടയ്ക്കിടെയുള്ള ആ കനൽ ത്തെളിച്ചം നിസ്സാരമായി തള്ളിക്കളയാനുമാവില്ല. ഒരിക്കൽ കൽപ്പറ്റയിലെ തണുപ്പിൽ ഞങ്ങൾ കണ്ടു. പിന്നെ ബീഹാറിൽനിന്നും ഫോൺ ശബ്ദമായി എത്തി. പിന്നെ ഉത്തരേന്ത്യയിലെ ചില യാത്രാ ഇടങ്ങളെക്കുറിച്ച് സംസാരിച്ചു. വർഷങ്ങൾ കഴിഞ്ഞ് നാട്ടിൽ തിരിച്ചെത്തിയതായി പറഞ്ഞു. എപ്പോഴും സാഹിത്യത്തെക്കുറിച്ച് കിനാവ് കാണുകയും, നവംനവങ്ങളായ പലതും ആവിഷ്കരിക്കണമെന്ന് ആഗ്രഹിക്കുന്നയാളുമാണ് ജോസ്. അപാരവും അനന്തവുമായ ഒരു ഭാവനാലോകം സൃഷ്ടിക്കണമെന്ന് സദാ വെമ്പുന്ന ഒരാൾ. ഉൾക്കടലിൽനിന്ന് അയാൾ ലോകത്തെക്കുറിച്ചും ദേശത്തെക്കുറിച്ചും ജനതയെക്കുറിച്ചും തത്ത്വങ്ങൾ രൂപീകരിക്കുന്നു. ഇത്തരത്തിൽ അവനവനുവേണ്ടിയല്ലാത്ത സ്വപ്നങ്ങളുടെ ഒരു ചുരമാണ് ജോസ് പാഴൂക്കാരന്റെ സാഹിത്യം. അത് പരിമിതികളില്ലാത്തതാണെന്നല്ല, അപരിമേയമായ ഒരു ലോകത്തെ വിഭാവനം ചെയ്യാൻ നിശ്ചയമായും കരുത്തുള്ള ഒന്ന്.

സാഹിത്യത്തിലെ സാഹസികനായ ഒരു സഞ്ചാരിയായി ജോസിനെ കാണുവാൻ കഴിയുമോ? മൃദുലപാതകളും സുഖമുള്ള സ്ഥലങ്ങളും ഒഴി

വാക്കി കടുത്ത ഇടങ്ങളിലേക്ക് സാഹസികമായി എത്താൻ ശ്രമിക്കുകയാണീ എഴുത്തുകാരൻ. സാഹസികതയുടെ രസതന്ത്രമാണ് ജോസിന്റെ എഴുത്തിന്റെ തന്മാത്രാസൗന്ദര്യം, അതിൽ തന്മയീഭവിച്ചുകിടക്കുന്ന ജീവിതത്തിന്റെ വിശാലമായ ഒരു പ്രപഞ്ചമുണ്ട്, അത് അത്ര എളുപ്പത്തിൽ ഒരാൾക്ക് നേടിയെടുക്കാവുന്നതുമല്ല. സുസാദ്ധ്യമായ പ്രപഞ്ച അവബോധം ഇദ്ദേഹത്തിന്റെ എഴുത്തിനെ വേറിട്ടതാക്കുന്നുണ്ട്. നാട്ടുതനിമയിലും അവിടുത്തെ മനുഷ്യരുടെ മണ്ണിലും വേരിലും ആഴസ്പർശങ്ങളിടുന്നത് കൊണ്ടാവണം ഉറവപോലെ മനുഷ്യശബ്ദം അതിൽ നിന്നും കേൾക്കാൻ കഴിയുന്നത്. ഉദാഹരണത്തിന് 'മരണച്ചൂത്' എന്ന കഥ തന്നെ നോക്കുക. കൃഷി മനുഷ്യ ജീവിതത്തിന്റെ അടിസ്ഥാനമാണ് എന്ന് പറയുമ്പോൾത്തന്നെ മാറുന്ന ലോക കാലാവസ്ഥയിൽ കൃഷി മനുഷ്യജീവിതങ്ങൾക്ക് എന്തു തിരികെത്തരുന്നു എന്ന ചോദ്യം അടിസ്ഥാന കർഷകരുടെ ഭാഗത്തുനിന്ന് ഉണ്ടായിക്കൊണ്ടിരിക്കുന്നു. ഈ അടുത്ത കാലത്താണ് കർഷകരുടെ ഏറ്റവും വലിയ മാർച്ച് ഇന്ത്യയിൽ നടന്നത് എന്ന് ഓർക്കുക. ഇഞ്ചികൃഷിയിൽ തോറ്റ തെങ്ങുമ്മൂട്ടിൽ ദേവസ്യയുടെ മകൻ ബിനീഷ് ആത്മഹത്യ ചെയ്യുന്ന രംഗത്തോടെയാണ് 'മരണച്ചൂത്' എന്ന കഥ ആരംഭിക്കുന്നത്. ബിനീഷ് എന്ന ചെറുപ്പക്കാരൻ ആത്മഹത്യ ചെയ്യുന്നതോടെ ബിനീഷിന്റെ നിരവധി ആത്മബന്ധങ്ങൾ പണബന്ധങ്ങളായി മാറുന്നു. നല്ലനാളെ സ്വപ്നംകണ്ട് കൃഷിയിലേക്കിറങ്ങിയ ബിനീഷ് മരിച്ചതിലല്ല ഇതിലെ പൗലോക്ക് വിഷമം, അയാൾക്ക് കടം കൊടുത്ത കാശ് ഇനിയാര് തരും എന്ന ഏനക്കേടാണ്. കൃഷി ബിനീഷിന് ഉപജീവനം തന്നെയായിരുന്നു. എങ്കിലും മറ്റ്വഴിയുണ്ടെങ്കിൽ കൃഷിപ്പണി നിർത്തുമെന്നും അയാൾ പറയുന്നുണ്ട്. ഇത്തവണ ഇഞ്ചിക്ക് വില കയറുമെന്നും എന്നിട്ട് വീട് പുതുക്കാം എന്നും കാർ വാങ്ങിത്തരാമെന്നും ഗർഭിണിയായ ഭാര്യയോട് പറയുന്ന ബിനീഷ് മദ്ധ്യവർഗ്ഗ മലയാളിയുടെ പരിച്ഛേദമാണ്. നല്ല കാലംവന്നു കാറൊക്കെ വാങ്ങിക്കുമ്പോൾ തന്റെ കമ്മലും വളയും ബാങ്കിൽനിന്ന് തിരിച്ചെടുക്കണമെന്ന് ഭാര്യ ബിനീഷിനോട് ആവർത്തിച്ച് പറയുന്നുണ്ട്. വയനാടൻ കാർഷിക ജീവിതത്തിലെ ഭംഗിയാർന്ന ഫിക്ഷൻ മുഹൂർത്തങ്ങളെ അസ്സലായി കൊരുത്തുവയ്ക്കാൻ കഥാകൃത്തിന് കഴിഞ്ഞിട്ടുണ്ട്. വയനാട്ടിലേക്കുള്ള കർഷക കുടിയേറ്റവും അത് വയനാടൻ ഭൂമിശാസ്ത്രത്തിൽ ഉണ്ടാക്കിയ പരിണാമവും കഥ തിരിച്ചറിയുന്നുണ്ട്. വളരെ വർഷങ്ങൾക്ക് മുമ്പേ വയനാട്ടിലെ ആനക്കാട് തെളിക്കാൻ വന്നവനാണ് ഇട്ടിമാത്തു മകനായ പൗലോ, അതുപോലെ മാത്തനും ഉലഹന്നാനുമൊക്കെ. ആത്മഹത്യ ചെയ്ത ബിനീഷിന്റെ മൃതശരീരം വീട്ടിലെത്തുമ്പോൾ അയാളുടെ വിയോഗം സഹിക്കവയ്യാതെ ഭാര്യയുടെ മാസംതികയാത്ത പ്രസവവും നടക്കുന്നു.

മരണവീട്ടിലെ ആളുകൾക്ക് പക്ഷേ, അതിലായിരുന്നു ഏറെ താല്പര്യം. ഇങ്ങനെ കഥാകൃത്ത് നടത്തുന്ന വൈകാരിക ആവിഷ്കരണത്തിൽ പുതുമയുണ്ട്. മലയാളകഥയിൽ അത്രയൊന്നും പരിചിതമല്ലാത്ത

വികാരത്തിന്റെ ഒരു തലം കഥാകൃത്ത് ഭംഗിയായി ആവിഷ്കരിക്കുന്നു.

കാർഷിക ഭൂമിയിൽനിന്നും കിളിർത്ത മറ്റൊരു കഥയാണ് 'പന്നി വർഗ്ഗം.' ഇവിടെ എഴുത്തുകാരൻ ഏത് ജീവിതത്തെ അനുധാവനം ചെയ്യുന്നു എന്നത് പ്രധാനമാണ്. കൃഷിനശിപ്പിക്കുന്ന കാട്ടുപന്നികളെ കൊല്ലാനുള്ള സർക്കാർ ഓർഡർ വെറും പ്രഹസനമായി മാറുന്നതിനെ പരിഹസിക്കുകയാണ് എഴുത്തുകാരനിവിടെ. അതിനെ മാധ്യമങ്ങൾ ചൂഷണംചെയ്യുന്നതും വായനക്കാരന് ചിരിയല്ല സഹതാപമാണ് ഉണ്ടാക്കുന്നത്. ഉപരിപ്ലവമായ ജീവിതമല്ല ഇത്തരം അരിക് ജീവിതങ്ങളുടെ ഗാഥകളിലാണ് ജോസ് പാഴൂക്കാരൻ ശ്രദ്ധവയ്ക്കുന്നത് എന്നത് പ്രശംസനീയമാണ്. ഇനി 'ചിരിമരുന്ന് ശാല' എന്ന കഥയിലെ അനന്തൻ എന്ന കഥാപാത്രം എല്ലാം നഷ്ടപ്പെട്ടിട്ടും മടിയില്ലാതെ വീണ്ടും വീണ്ടും ഒന്നിൽനിന്ന് ജീവിതം തുടങ്ങുന്ന കാലത്തിന്റ പ്രതിനിധിയാണ്. എല്ലാ പരാജയങ്ങളെയും ചിരിയായി മാറ്റണമെന്ന് ആഗ്രഹിക്കുന്ന അനന്തൻ ചുറ്റുപാടുമുള്ളവർക്കെല്ലാം ചിരിനഷ്ടപ്പെട്ട് യന്ത്രങ്ങളെപ്പോലെ ചലിക്കുന്നുവെന്നും അവരെ ചിരിപ്പിക്കാൻ നഗരത്തിൽ ഒരു ചിരിമരുന്ന് ശാല ഇനി തന്റെ ഉദ്യമമാണന്നും മനസ്സിലാക്കുന്നു പക്ഷേ, ചിരിമരുന്നുശാല പോലും സ്വകാര്യമായി കരയാനുള്ള മനുഷ്യരുടെ വേദിയാണന്ന് മനസ്സിലാക്കിയ അയാൾ സ്വയം ചിരിച്ച് ചിരിച്ച് ഹൃദയംപൊട്ടി ചിരിമരുന്നു ശാല ചോരകൊണ്ട് നിറയ്ക്കുന്നതാണ് ഇക്കഥ. മനുഷ്യജീവിതത്തിന്റെ ഇനിയും തിരിച്ചറിയപ്പെടാത്ത പൊരുളുകൾ അനാവരണം ചെയ്യാനാണ് കഥാകൃത്ത് ഇവിടെ ശ്രമിക്കുന്നത്. അതിനാൽത്തന്നെ ചില നാടകീയ മുഹൂർത്തങ്ങളിലൂടെ കഥാപാത്രങ്ങളെ നടത്തിക്കാനും കഥാകൃത്ത് മുതിരുന്നു. ജോസിന്റെ കഥകളിലൊക്കെ സന്ദർഭങ്ങളുടെയും സംഭാഷണങ്ങളുടെയും ഓരത്തായി നാടകീയത പ്രത്യക്ഷ സാന്നിദ്ധ്യമാണ്.

'പൂച്ച ഇര പിടിക്കുന്നതെങ്ങനെ' എന്ന കഥയിൽ ആദ്യമേ തന്നെ മരണം കടന്നുവരുന്നു. ഗർഭിണിയായ എമിലിയുടെ കുഞ്ഞ് ഗർഭപാത്രത്തിൽ വച്ചു മഷി കുടിച്ചു മരിക്കുന്നു. അതിന്റെ വിചാരണയിലൂടെ നീതിശാസ്ത്രത്തിന്റെ പഴുതുകൾ വിശകലനം ചെയ്യുന്നു. പൂച്ച ഇരപിടിക്കുന്നത് സമാന്തര ആഖ്യാനത്തിലൂടെ ക്രാഫ്റ്റിനെ പുതുമയുള്ളതാക്കിയിരിക്കുന്നു.

ഇങ്ങനെ സംഘർഷ ജീവിതങ്ങളെ ആവിഷ്കരിക്കാൻ ജോസ് പാഴൂക്കാരന് പ്രത്യേക കഴിവുണ്ടെന്ന് കഥകളെല്ലാം ചൂണ്ടിക്കാട്ടുന്നു.

അധികാരരൂപങ്ങൾക്ക് എതിരെ സംസാരിക്കാൻ മനുഷ്യർ പോരാ എന്നതുകൊണ്ടാവണം ഈ കഥയിൽ ചാരുബെഞ്ച്വരെ സംസാരിക്കുന്നത്. ആരാധനാലയത്തിൽപ്പോലും മോഷണവും പിടിച്ചുപറിയും നടക്കുന്നുണ്ടെങ്കിൽ സമൂഹത്തിന് കാര്യമായ ചികിത്സവേണ്ടതുണ്ട് എന്ന് വിശ്വസിക്കുന്ന കഥാകാരനാണ് ജോസ് പാഴൂക്കാരൻ. തലയിലെ ഒരു പേൻ അച്യുതൻ കുട്ടിയെ കടിക്കുന്നു എന്നത് മതപൗരോഹിത്യ അധീശത്തെ എഴുത്തുകാരൻ കടിച്ചു കുടയാൻ ശ്രമിക്കുന്നു എന്നാണ് മനസ്സി

ലാക്കേണ്ടത്.

'ചൂരൽവടി' എന്ന കഥ ഇന്നത്തെ അദ്ധ്യാപക വിദ്യാർത്ഥികൾക്കിടയിലെ വിഹ്വലതകളാണ്. പണ്ട് തന്നെ തല്ലിയ അദ്ധ്യാപകനെ ജയിലിൽക്കേറ്റിയ സുബീഷ് ജോലിയൊന്നും കിട്ടാതെ തന്റെ പഴയ അദ്ധ്യാപകനെത്തേടി ബാഗിൽ ചൂരലുമിട്ട് കുറ്റബോധത്തോടെ വരുന്നതാണ്. 'ഹമാരദേശത്തിലെ എലി,' പൊളിറ്റിക്കൽ സറ്റയറാണ്. ജലപ്രളയത്തിൽ പെട്ടുപോയ ആളുകളെ രക്ഷിക്കുന്നതിനിടയിൽ വെള്ളത്തീന്ന് രക്ഷപ്പെടുന്ന ഒരെലിക്ക് പിന്നാലെ രാമൻകുന്നുകാർ പായുന്നതും..ഇല്ലത്തിനകത്ത് രക്ഷതേടിയ എലിയെകൊല്ലാൻ ഇല്ലം ചുട്ടെരിക്കുന്നതുമാണ് ഇക്കഥ.

ഇങ്ങനെ അനുഭവ സാഹിത്യം എന്നത് അനുഭവങ്ങളുടെ കുറിപ്പ് എഴുതുകയല്ല എന്നും അനുഭവിക്കാവുന്ന സാഹിത്യത്തെ ഉല്പാദിപ്പിക്കലാണ് എന്നും കരുതുന്ന ഈ കഥാകൃത്തിന്റെ രചനകൾ വായനക്കാരുടെ മുമ്പിൽ അവതരിപ്പിക്കാൻ സന്തോഷമുണ്ട്.

മരണച്ചൂത്

ഇഞ്ചികൃഷിമേല് തോറ്റ് തെങ്ങുമൂട്ടിലെ ദേവസ്യേടെ മകൻ ബിനീഷ് ആത്മഹത്യ ചെയ്തൂന്ന് കേട്ടതേ അമ്മച്ചിമുക്ക് പട്ടത്തിൽ പൗലോ പൊടുന്നനെ ബോധംകെട്ടന്ന് ഭാര്യ പത്തലുമാക്കൽ അന്തോണി മകൾ ത്രേസ്യാച്ചേടത്തി കരുതി. ചേടത്തീന്ന് വച്ചാല് ചട്ടക്കോലമല്ല, സാരിക്കോലമാണ്. ചട്ടയ്ക്ക് വംശനാശം വന്നുപോയത് ഓർക്കുക. പണം നഷ്ടപ്പെട്ടന്ന് കേട്ടാൽ പൗലോക്ക് ബോധംകെടല് ഇമ്മിണി പതിവാന്ന് ചേടത്തിക്കറിയാം. അതോണ്ട് പൗലോയെ കണ്ടതും സാരി കേറ്റിക്കുത്തി കഞ്ഞീടെ തിളനോക്കാനാണ് പെണ്ണുംമ്പിള്ള അടുക്കളേലോട്ട് തെള്ളീത്. അന്നേരം താടിയേലെ രണ്ടു രോമത്തേല് ചേടത്തിപിടുത്തമിട്ടിരുന്നു. എത്രകളഞ്ഞിട്ടും പണ്ടാരം വീണ്ടും തെറിച്ചുനില്ക്കുന്നത് അവർക്ക് തെല്ലരിശമാണ്..

നല്ലോണം അരിച്ചുപിടിച്ചാ പൗലോ പണംചിലവിടുന്നത്.... അതീന്നാ രണ്ട് ലക്ഷം ബിനീഷിന് പലിശയ്ക്ക് കൊടുത്തത്. പത്തലമുളക്ചുട്ട് കഞ്ഞിമോന്തി, കാച്ചിലും കപ്പേം, ചക്കേം....പുഴുങ്ങിത്തിന്നും കാശ് കുന്നുകൂട്ടിവച്ചും ജീവിച്ച പൗലോക്ക് സംഗതി ഒരടിയായി. തട്ടേലിട്ടിരുന്ന റബ്ബർ ഷീറ്റും,കുരുമുളക് രണ്ട് കിന്റേലും വിറ്റാണ് ബിനീഷിന് കൊടുത്തേന്ന് ചേടത്തിക്കറിയാം. അതോണ്ട് ചില്ലറ അനിഷ്ടവും കാട്ടാതിരുന്നില്ല. അങ്ങനെ അരിഷ്ടിച്ച് ജീവിച്ച പൗലോയുടെ നെഞ്ചിലാണ് ബിനീഷെന്ന കാട്ടാളൻ തീയിട്ടുകളഞ്ഞത്.

ബിനീഷ് മരിച്ചതിലായിരുന്നില്ല പൗലോക്ക് ഏനക്കേട്, കാശിനി ആരുതരൂന്നാണ്. ലൗലിടടുത്തൂന്ന് നയാപൈസാകിട്ടൂല്ലാ. പോയ കാശോർത്ത് കെട്ടിയോൻ തടുക്ക് പിടുക്ക് നടക്കുന്നത് ചേടത്തിതെല്ല് ആത്മരസം കൊള്ളാതിരുന്നില്ല. മൈസൂര് ഇഞ്ചികൃഷിക്കാണ് ചെക്കന്

പണംകൊടുത്തത്. പുഴയ്ക്ക് അക്കരെയാണ് മൈസൂർ. മൂന്നുവർഷമായി ആൻപോസ്റ്റിൽ ഇഞ്ചികൃഷിനടത്തുന്ന ബിനീഷിന് ഇതുവരെ കഴഞ്ച് കാശ് ലാഭംകിട്ടീട്ടില്ലാന്ന് ചേടത്തിക്കറിയാം, നാട്ടുകാർക്കറിയാം.. കാരണം അവന് മാത്രം കാറും നല്ല വീടുമില്ല. കർത്താവ് കനിഞ്ഞാൽ അടുത്ത വർഷം പണം വാരാമെന്നുപറഞ്ഞാണ് ചെക്കൻ പോയത്.

എത്ര പട്ടിണിയായാലും പള്ളിക്കാര്യങ്ങളെല്ലാം ബിനീഷ് നന്നായി നടത്തുമെന്ന് പട്ടം കിട്ടിയോർക്കറിയാം. അതോണ്ട് വല്ല്യ കാര്യമാ അവർക്ക് ചെക്കനെ. ഞായറാഴ്ചതോറും കുമ്പസാരിച്ച് കുർബ്ബാന കൈക്കൊണ്ടു നല്ല മകനായി നടന്നാൽ പണം ഊത്തപോലെ കർത്താവ് തരൂന്ന് ഒരു വികാരി തട്ടീത് ബിനീഷ് നെഞ്ചിലിപ്പോഴും സൂക്ഷിക്കുന്നുണ്ട്.

മൂന്നുവർഷം മുമ്പ് പെണ്ണുകെട്ടി സ്വരുക്കൂട്ടിയതും വായ്പയിട്ടതുമായ നാലഞ്ചുലക്ഷം രൂപാ ബിനീഷ് ഇഞ്ചികൃഷീലോട്ട് തട്ടി. ലൗലി വയറുനിറഞ്ഞിരിക്കുമ്പോളാ ബിനീഷ് ആൻപോസ്റ്റിലെ വിഷമണ്ണിൽക്കിടന്ന് ശ്വാസം വിട്ടത്. വയറ്റിലെ രണ്ടെണ്ണം പോയതാ. മൂന്നാം വർഷം മൂന്നാമത്തേത് പിടിച്ചപ്പോൾ ലൗലിടെ വയറെ നോക്കി ബിനീഷ് പറഞ്ഞു... "നോക്കിക്കോടി ഈ വർഷം ഇഞ്ചിക്ക് വിലകേറും..എന്നിട്ട് വേണം വീടൊന്നു പുതുക്കാൻ, കാറൊന്ന് വാങ്ങാൻ. നല്ലതൊന്ന് മനസ്സിലുണ്ട്."

"ആയിക്കോട്ടെ..അന്നേരമെന്റെ കമ്മലും വളേമിങ്ങെടുത്ത് തന്നേക്കണം." അത്രയേ ലൗലിക്ക് വന്നുള്ളു.

ഇഞ്ചിക്ക് നല്ലൊന്നാന്തരം ഫൂറഡാനാണ് ബിനീഷ് അടിച്ചുകൊടുക്കുന്നത് മഞ്ഞളിപ്പ് മാറാൻ..അതിന്റെ പിടുത്തം വരുമ്പോഴൊക്കെ ബിനീഷിന്റെ നെഞ്ചിലുണ്ടന്ന് ലൗലി സങ്കടപ്പെടും. വല്ലാത്ത കിതപ്പാണ് ബിനീഷിന്...

"വേണ്ടാട്ടോ ഈ തീക്കളി. വയറ്റിലുണ്ടാകുന്നേനും കേടായിത്. ആയസ്സുണ്ടേല് പണമുണ്ടാക്കാം ചേട്ടായി..ചേട്ടന്മാര് ചെയ്യണപോലെ നാട്ടില് വല്ല പലചരക്ക് കടേം നടത്തിയാ പോരെ?"

"പോരടി.. തൂക്കത്തിപ്പിടിച്ചും, കള്ളക്കണക്കെഴുതീം, നാട്ടാരെപ്പറ്റിക്കാനെന്നെ കിട്ടില്ല. പി എസി കിട്ടിരുന്നേല് ഈ കഷ്ടപ്പാട് വരില്ലായിരുന്നു." ബിനീഷ് സങ്കടപ്പെട്ടു.

പി എസി കിട്ടാത്തേന്റെ ദേഷ്യം ബിനീഷ് പലപ്പോഴും നെഞ്ചിലിട്ടിങ്ങനെ കറക്കുന്നത് ലൗലിക്കറിയാം. അതിന്റെ വാശിതീർക്കാനാ ബിനീഷ് ഇഞ്ചികൃഷിക്ക് പോകുന്നേന്നും.

"ഇങ്ങനെ വിഷോ ശ്വസിച്ച് ശ്വാസംപോയാ പിന്നെ മക്കളേം ഹെന്നെം ആരുനോക്കാനാ ചേട്ടായി."

"നീ നോക്കിക്കോ അടുത്തവർഷം കാറെക്കേറി നമ്മള് പള്ളീപ്പോകും.. പിന്നെ ഇഞ്ചികൃഷി നിർത്തി ..പോരെ?"

ലൗലി ചിരിച്ചു. ബിനീഷും ചിരിച്ചു. മാത്രമല്ല ബിനീഷ് ലൗലീടെ നെറ്റിയേല് ഉമ്മേകൊടുത്തു.

മൂന്ന് വർഷംമുമ്പേ ബിനീഷിതു പറയാൻ തുടങ്ങീതാ. കഴിഞ്ഞ വർഷോം പറഞ്ഞു.

ഇഞ്ചികൃഷി ആദ്യവർഷം അഞ്ചേക്കറായിരുന്നു. അയ്മൂന്ന് പതിനഞ്ച് ലക്ഷം പൊടിച്ചു. കഷ്ടിച്ച് തെള്ളിക്കേറി. പിറ്റേവർഷം നാലേക്കറ് മാണ്ട്യേല് നട്ടു. പന്ത്രണ്ട് ലക്ഷം മുടക്കീട്ട്. വിലകേറാത്തതിനാൽ ഒന്നും തടഞ്ഞില്ല. ഈവർഷം രണ്ടേക്കറായിച്ചുരുക്കി. എന്നിട്ടും ഒമ്പത് ലക്ഷമായി. ചെലവുകൂടി. പാട്ടക്കൂലിതന്നെ കൊടുത്തു രണ്ടേക്കറിന് രണ്ട് ലക്ഷം. എന്നാലും വിലകേറിയാല് രക്ഷപ്പെടൂന്നാ ബിനീഷിന്റെ വാദം.

എന്തെങ്കിലുമാകട്ട്. ലൗലി മുട്ടുമ്മേനിന്ന് ദിനവും മുട്ടിപ്പോടെ പ്രാർത്ഥിച്ചു.

മൂന്നാം വർഷം വില വച്ചടിവച്ച് കേറൂന്നും പറഞ്ഞാ ബിനീഷ് പട്ടത്തിൽ പൗലോയെ ചൂണ്ടലിക്കോർത്ത് മൂന്ന് ലക്ഷം വാങ്ങീത്. മൂന്ന് ലക്ഷം പൗലോ ചുമ്മാകടംകൊടുക്കാൻ പുളിക്കും. രണ്ടേക്കറിന്റെ പട്ടയം കൈയിക്കൊടുത്തിട്ടാ സംഗതി നടന്നത്.

പൗലോയോട് ബിനീഷ് പറഞ്ഞുതുടങ്ങീത് ഇങ്ങനാണ്. “പൗലോച്ചേട്ടാ നോക്കിക്കോ. സത്യായിട്ടും ഈവർഷം വിലകേറും.”

അതുകേട്ട് പൗലോ ദിനേശ് ബീഡി ആഞ്ഞ് വലിച്ച് നിലത്ത്കുത്തി ചോദിച്ചു.

“എന്നാ ഉറപ്പ്?”

“സത്യം ഇക്കുറി കർത്താവെന്നെ രക്ഷപ്പെടുത്തും.”

“ചേട്ടന് പലിശയും പലിശയ്ക്ക്പലിശയും തന്ന് വീട്ടിക്കൊള്ളാം. ഇഞ്ചികാട്ടാൻ അക്കരയ്ക്ക് കൊണ്ടോകേം ചെയ്യാം.”

അന്നേരം ഈർക്കിലി പല്ലിടയിലേക്ക് താഴ്ത്തി കപ്പപ്പുഴുക്കിനുകൂട്ടിയ ചാളക്കൊമ്പ് തെപ്പിയെടുത്ത് തുപ്പിട്ട് അയാളന്നേരം പെമ്പ്രന്നോരെ നോക്കി. ചേടത്തിയന്നേരം അനിയത്തീടെ മോള് ആനിക്കുട്ടിയെ സ്വാശ്രയത്തില് മെഡിസിന് വിടണോന്ന് ഒറ്റക്കാച്ച്. ഉള്ളതിനെ പള്ളിക്ക് കൊടുത്തിട്ട് അന്യന്റേതിനെ പഠിപ്പിക്കാൻ നടക്കല് കൊള്ളാവുന്ന പണിയല്ലന്ന് ബിനീഷ് മിണ്ടിയില്ല. അതു പൊറത്ത് മിണ്ടാനൊക്കൂല്ല്യാ. ക്ലീൻഷേവ് ചെയ്ത മുഖവും, നരകേറിയ തലയും ചൊറിഞ്ഞ്, പിടിത്തംവിടാതെ പൗലോ പറഞ്ഞു... “നിനക്കുറപ്പുണ്ടേല് കൈയീലുള്ളത് തരാം ആനിക്കുട്ടിക്ക് ഞാൻ വേറെ ഒപ്പിച്ചോളാം.”

വേലിയേലേം ചീലേലേം കളയാതെ പൗലോ തള്ളുകാണന്ന് മനസ്സിലാക്കി ബിനീഷ് പറഞ്ഞു...

“ഈശോ അച്ചായനെ രക്ഷിക്കും.”

അന്നേരം പൗലോ കളിയാക്കിയപോലെ മൊരണ്ടു. “അതേടാ രക്ഷിച്ചാല് അടുത്ത കപ്പേളപ്പെരുന്നാളിന് സ്വർണ്ണക്കാസ കൊടുക്കണോന്നാ വിചാരം.”

ബിനീഷ് പറഞ്ഞുകേട്ടിട്ടുണ്ട്. കോസനെല്ലൂരൂന്ന് വയനാട്ടീലെ ആനക്കാട് വെട്ടിത്തെളിക്കാൻ വന്ന പട്ടത്തിൽ ഇട്ടി മാത്തൂന്റെ മകനാ

പൗലോയെന്ന്....... ഇട്ടിമാത്തു വന്നപാടെ മുപ്പതേക്കറ് ഒറ്റവളയലായി രുന്നു. നാല് മൂലയ്ക്കും കുറ്റിനാട്ടി വരിച്ചില് കയറ് കെട്ടിയിട്ട് വന്നവ രോട് പറഞ്ഞു, “ഇത്രേ എന്റേതാ.. ഒറ്റനായിന്റേമോനും ഇങ്ങട്ടേക്ക് കേറരുത്.” അതുകേട്ട് ഇഞ്ചക്കാടും, ഈട്ടിമരങ്ങളും ചിരിച്ചു. കടമാൻതോ ടും, ഇല്ലിക്കാടും ചിരിച്ചു. ആ വർഷം തന്നെ വളപ്പിൽ കൂരവച്ച്, തെരുവ നട്ട്കേറ്റി. കൂടെ കപ്പയും ചേമ്പും നട്ടു. കാട്ടുപന്നിക്ക് പടക്കം വച്ച് തുര ത്തി. പുൽതൈലമന്ന് കിലോക്ക് 200 രൂപയാ. നല്ലവിലയാ.... മതി. കപ്പേം പുഴുങ്ങി കോഴിക്കോട്ടൂന്നുള്ള ഉണക്കമത്തീം കിട്ടിയാല് മതി വിശപ്പിനെ ആട്ടാൻ. അങ്ങനെ പരമ്പരാഗതമായി കിട്ടിയ കാശാണ് ഇപ്പോ ആരുമറി യാതെ ഗ്യാസായത്.

പൗലോ നാട്ടീന്നേ ഉണ്ടായതാ...വേറെ രണ്ടെണ്ണം കൂടിയുണ്ട്, മാത്തനും, ഉലഹന്നാനും. അവരൊക്കെ കാറും, ബസുമൊക്കെ എടുത്ത് വിലസുകാണ് നാട്ടിക്കൂടെ...അവരുടെ മക്കള് കോളേജ് വിദ്യാഭ്യാസമു ള്ളോരാ.... ഇംഗ്ലീഷൊക്കെ അറിയാം. പറയാനറീല്ലേലും സ്കൂളിൽ പഠി പ്പിക്കാനൊക്കെ അറിയണോര്.

പിശുക്കൻപൗലോക്ക് കിട്ടിയ പണി നാട്ടീൽപ്പാട്ടാണ്. മൂത്തമകനെ പള്ളീലോട്ട് നേർന്നു, മോളേ കന്യസ്ത്രീ മഠത്തിലേക്കും. വെട്ടുറബ്ബറിന് വിലകുറഞ്ഞപ്പോ പൗലോ ഒറ്റക്കാച്ചായിരുന്നു. “എന്റീശോയെ വിലകേ റിയാൽ കുര്യാച്ചനെ അച്ചമ്പട്ടംകെട്ടിച്ചേക്കാവേ...” ആ വർഷം റബ്ബറിന് വിലകേറിയ കേറ്റം!!! ഉയ്യോ!. കരുമുളകിന് വിലതെറിച്ചപ്പോഴും പൗലോ തെള്ളി. “എന്റീശോയേ വിലകേറിയാ ലീലാമ്മയെ കന്യാസ്ത്രീയാക്കി യേക്കാവേ..” ആ വർഷം മുളകിന് വിലകേറിയ കേറ്റം!!ഉയ്യോ!

അങ്ങനാ ടൗണില് ഇരുപത് സെന്റ് പൗലോ വാങ്ങിച്ചത്.

നേർച്ചയിട്ട് വിലകേറ്റീട്ട്, നേർന്നത് ഈശോക്ക് കൊടുക്കാതിരിക്കാൻ പറ്റുമോ... പണിവേറെ കിട്ടും. കൊടുത്തു. വേണ്ടാത്തതിന് നേർന്ന പൗലോയെ വേവാത്ത പോത്തിറച്ചിതീറ്റിച്ച് ത്രേസ്യാച്ചേടത്തി അങ്ങോ രുടെ രണ്ടു പല്ലുകളഞ്ഞൂന്നും പിന്നീട് നാട്ടിൽ പാട്ട്.

പോയാപ്പോട്ട്, ലീലാമ്മേ കന്യാസ്ത്രീയാക്കാൻ പറ്റുകേലന്ന് ചേടത്തി ഒച്ചയിട്ടെങ്കിലും ദൈവഭയമോർത്ത് പിന്നീട് വഴങ്ങി. പക്ഷേ, കുര്യാച്ചനൊള്ളേലകൊണ്ട് അച്ചന്മാർക്കെല്ലാം പൗലോയെ വല്യകാര്യാണ്. ഇടവകേല് വന്നാല് ഫാദർ കുര്യൻ പട്ടത്തിലിന്റെ അപ്പനെക്കണ്ട്, ലോഹ്യം പറഞ്ഞ്,പോത്തിറച്ചിക്കറീം കപ്പേംതിന്നേച്ചേ പോകൂ. കുര്യാച്ച നച്ചൻ ചെന്നേടത്തൊക്കെ മൂന്നു പള്ള്യാ പണിത് കേറ്റീത്. അതോണ്ട് വല്ലാത്ത കാര്യാ പട്ടത്തിൽ കുടുംബത്തിനെ രൂപതക്കാർക്ക്.

പക്ഷേ, വന്നോരൊക്കെ പൗലോ പ്രസവം രണ്ടാക്കിയതിന്റെ വിവ രക്കേടിൽ കെറുവിക്കയും. അബദ്ധം കാണിച്ചതിന് കളിയാക്കുകയും ചെയ്തു. അതിന്റെ മുനക്കം തീർക്കാൻ കാണുന്നവരോടൊക്കെ പറ്റുന്നി ടത്തോളം തട്ടിക്കോളാനാണ് പള്ളീലച്ചന്മാരുടെ ആഹ്വാനം. ഭയക്കേണ്ട, ജീവിക്കാനുള്ളത് കർത്താവ് തന്നോളൂന്ന്. ആയകാലത്ത് പണിയൊക്കെ

വിലക്കിയ പള്ളിക്കാര് ഇപ്പോ പറ്റാവുന്നിടത്തോളം ആയിക്കോളാൻ പറഞ്ഞപ്പം അയഞ്ഞുപോയ സഞ്ചിക്കകത്ത് ഇനി എത്രഇട്ടാലും കൊണം പിടിക്കത്തില്ലാന്നാ ചേടത്തി ചുണ്ടു കൂർപ്പിച്ചത്.

ബിനീഷ് മരിച്ചതോണ്ട് പട്ടത്തിൽ പൗലോക്ക് പണികിട്ടീന്ന് നാട്ടുകാർ വായപൂട്ടി ചിരിച്ചാളഞ്ഞു. മറ്റുള്ളോന് ഏനക്കേട് വരുമ്പോ ഉള്ളാലെ പരിഹസിക്കുന്ന ചെറ്റകളാ അയലോക്കത്തെന്ന് പൗലോക്കും അറിയാം. പക്ഷേ, മരണത്തെപ്പരിഹസിക്കുന്നത് വേണ്ടാന്ന് കരുതി പലരും വായപൂട്ടി കമാന്ന് മിണ്ടിയില്ല. പക്ഷേ, അതിരുകാരൻ പൂച്ചമാക്കിൽ ഈപ്പച്ചൻ നല്ലോണംചിരിച്ചു. പുരേലെക്കെത്താൻ ആറടി വഴി 17 വർഷമായി കൊടുക്കാത്തതിന്റെ ചൊരുക്ക് ഉള്ളീന്ന് ചിരിയായി ഇപ്പോഴാ വന്നത്. പൗലോ പള്ളിക്ക് സ്വർണ്ണക്കാസ കൊടുക്കൂന്ന് കേട്ടതും വയറുപൊട്ടി ഈപ്പൻ ചിരിച്ചിരുന്നു. പിന്നത്തേത് ഇടവക പെരുന്നാൾ നടത്തിയപ്പോഴാണ് അന്ന് പള്ളീപ്പോലും ഈപ്പച്ചൻ കേറിയില്ല. ചിരിച്ച് ചിരിച്ച്.. കള്ളുഷാപ്പിൽ പോയി മിനുങ്ങിട്ടാ വീട്ടിലേക്ക് പോയത്.

സ്ഥലത്തിന്റെ കാര്യം വരുമ്പോൾ പൗലോ അമറും...അതീതൊട്ടൊള്ള കളിവേണ്ടന്ന്. അപ്പനായിട്ട് വെട്ടിപ്പിടിച്ചുണ്ടാക്കീതാന്ന് കാച്ചും.... അത് ഞാൻ തരത്തില്ലാന്നൊരു വെല്ലുവിളിം മുഴക്കും. അതോണ്ട് ഇങ്ങേര് ഒടുങ്ങീട്ട് മക്കളോട് വഴിമേടിക്കാമെന്ന് ഈപ്പച്ചൻ കാത്തിരിക്കുകാണ്. പക്ഷേ, വിത്തുഗുണം പത്തുഗുണമെന്ന് അങ്ങാടിപ്പാട്ടാണ്. അന്തസ്സും നല്ല സ്ഥിതിയോ ഒന്നുമല്ല പരോപകാരത്തിന് വഴി. ഉള്ളിലുള്ള നന്മയെന്ന് ചിലോര് പറഞ്ഞാളയും.

വയസ്സായിട്ടും ത്രേസ്യാച്ചേടത്തിയെ പൂണ്ടടക്കം പിടിച്ച് ചട്ടയ്ക്കകത്ത് കൈയിട്ട് രസപ്പെടുന്ന പൗലോ ബിനീഷിന് പണം കൊടുത്തത് ആൻപോസ്റ്റിൽ കൊണ്ടുപോയി സുഖിപ്പിക്കുന്ന ഏർപ്പാടിനുംകൂടിയാണന്നും ത്രേസ്യാച്ചേടത്തി മൂക്ക് പിഴിഞ്ഞിരുന്നു. പൗലോക്ക് അത്തരം വെമ്പലുകൾ പണ്ടേയുള്ളതാണന്നും, വിലക്കപ്പെട്ടകനി വേണ്ടന്നും ചേടത്തി മുട്ടുമ്മേല് നിന്ന് നെഞ്ചത്തടിച്ചു. ഇഞ്ചിക്ക് വരിപ്പടിക്കാനും, കളപ്പുല്ല് പറിക്കാനും വരുന്ന പാണ്ടിപ്പെണ്ണുങ്ങൾ ഈസിയാണന്ന അറിവ് ബിനീഷ് പൗലോയുടെ നെഞ്ചിലിട്ട് പൂട്ടിയിരുന്നു. വേണേൽ ഒന്നൂടെ കെട്ടിക്കോന്നും ബിനീഷ് കാണുമ്പോക്കെ തട്ടീത് പൗലോയുടെ നെഞ്ചിന്ന് പുളഞ്ഞു. എന്നുകരുതി ബിനീഷ് അത്രക്കാരനൊന്നുമല്ലുവ്വേ. സ്വയംപൊങ്ങാൻ പൗലോ ചെറിയൊരു താങ്ങന്നേ ബിനീഷും കരുതീള്ളൂ.

അതോണ്ടാണ് ബിനീഷിന് പണം പലിശയ്ക്ക് കൊടുക്കുന്നേന് ത്രേസ്യാച്ചേടത്തി ആദ്യം ചങ്കിനടിച്ചത്. പിള്ളേരറിഞ്ഞാ പോക്കണംകേടാണന്ന് എത്രതുള്ളീട്ടും കെട്ടമനുഷ്യേന് ഒരിളക്കവുമില്ലാത്തത് അവരെ പൊള്ളിച്ചു. അന്നേരം പൗലോ ചേടത്തീടെ പഴയ കുടുംബകഥകളൊക്കെ ചികഞ്ഞുപുറത്തിട്ട് അലറി.. ഫൂ..പണ്ട് പത്തലുമാക്കൽ അന്തോണിടെ കുടുംബക്കാര് ചങ്ങനാശ്ശേരീന്ന് പായ്ക്കപ്പലേല് റോമിലേക്ക് പാപമോചനം കിട്ടാനായി എഴുന്നൊള്ളീതും, സ്വർഗ്ഗത്തീപ്പോകാൻ പാപ്പയ്ക്ക്

പത്തായിരംകൊടുത്ത കഥയുമൊക്കെ.. ഹും എന്നേക്കൊണ്ട് തൊള്ള തൊറപ്പിക്കണ്ടാന്ന് അങ്ങേരും പുലമ്പും.

ആ സമയം ഉപ്പുതടത്തിൽ കറിയാച്ചന്റെ കെട്ടിടത്തിനുപുറകിലെ പന്നിമലർത്തൽ സംഘത്തിലേക്ക് ഓടിവന്ന...പ്ളാമ്പുരക്കൽ കുട്ടപ്പന്റെ മകന്റെ മകൻ സാനി പറഞ്ഞു.

"മ്ടെ ബിനീഷ്പോയീട്ടോ."

"എങ്ങട്ട്..ആൻപോസ്റ്റിലേക്കോ?"

"ഹല്ലാന്ന്..അങ്ങേലോകത്തേക്ക്."

പന്നികളിക്കാരായ തങ്കുവും, നെഞ്ചൂക്കിൽ അവറാനും,തട്ടുകട പാപ്പനും, മറ്റുള്ളവരും അന്നേരം വാപൊളിച്ചു. മലർത്തിയിട്ട ആഢ്യൻ രാജാവിലേക്ക് കാശുവീഴുവോന്നറിയാൻ നോക്കിയിരുന്നവർക്ക് തങ്കു പണികൊടുത്ത് ഒതുക്കുമ്പോഴാണ് സാനി വന്നത്.

അടുത്തിട ബിനീഷ് പന്നിക്കളിക്കായി വന്നിരുന്നില്ല.. ഇഞ്ചിപറിയാണന്നറിഞ്ഞു.

വരുമ്പൊഴൊക്കെ ബിനീഷ് കളിതോറ്റ് തങ്കൂന് കൊടുക്കും അഞ്ഞൂറും ആയിരോം.... എങ്കിലും എപ്പോഴെങ്കിലും തിരിച്ചുകിട്ടൂന്ന് കരുതി കളിക്കുന്ന ബിനീഷ് പന്നിസംഘത്തിന്റെ പ്രചോദനമായിരുന്നു.

പന്നിമലർത്തല് സംഘം കളി നിർത്തി സാനിയെ ഉറുമ്പടക്കം നോക്കി. തറുതല തങ്കു കിളിസ്വരത്തിൽ മൊഴിഞ്ഞു. "നല്ലൊരുകളിക്കാരനാ നമുക്ക് നഷ്ടപ്പെട്ടത്."

"നല്ലകളിക്കാരെയാ കർത്താവ് വേഗം പൊക്കണത്." സാനിയും പിന്തുണച്ചു.

"കാശ് കളയുന്നോരാ തങ്കൂന് നല്ലകളിക്കാര്." നെഞ്ചൂക്കിൽ അവറാൻ ഒന്നുവീശിക്കൊടുത്തു.

"ബിനീഷിന്റെ ഇഞ്ചികൃഷി ലക്ഷത്തിന്റെയാ.. പക്ഷേ, കൈയിലഞ്ചിന്റെ കാശില്ല." തട്ടുകട പാപ്പൻ അഭിപ്രായപ്പെട്ടു.

"മിണ്ടല്ലടാ എരപ്പേ മരിച്ചോനെക്കുറിച്ച് ദോഷം പറയാതെ." നെഞ്ചൂക്കന് ദേഷ്യംവന്നു.

"എവിടാ ശ്ശവം?" കിളിസ്വരം.

"അക്കരെയാ..ആൻപോസ്റ്റിലേക്ക് ആളുകള് പോയിട്ടുണ്ട്."

അടുത്തകാലത്താ തറുതല കോൺഗ്രസിലേക്ക് ചേക്കേറിയത്. (മറ്റു പാർട്ടിക്കാര് പന്നികളിക്ക് അങ്ങേരെ പൊലീസ് പിടിച്ചപ്പം കൈയൊഴിഞ്ഞിരുന്നു.) പന്നിമലർത്തല് തമാശകളിയല്ലന്നും അക്കളി വേണ്ടാത്തോരെ തങ്കൂനും വേണ്ടന്ന് തങ്കൂവും വെട്ടുവാ മുഴക്കീരുന്നു. പലതവണ പൊലീസുപിടിച്ചിട്ടും പന്നിക്കളി വിടാത്തതങ്കൂ മറ്റുള്ളോർക്ക് അത്ഭുതമായിരുന്നു. കേമത്തിന് ഖദർ ഷർട്ടും മുണ്ടുമിട്ടാണ് കളി.. പൊലീസുകാരെ പേടിപ്പിക്കാനാന്നാ നാട്ടുകാര് ചിരിക്കുന്നത്.

ഇനിയുമുണ്ട് ഒരിക്കല് ബാങ്കീന്ന് ലോണെടുത്ത കാശ് തിരിച്ചടയ്ക്കാൻ വീടുകേറിയ മാനേജരോട് പറമ്പിക്കേറിയാല് കാലുതല്ലിയൊടി

ക്കൂന്ന് ഭീഷണിവച്ച തങ്കൂനെ നാട്ടുകാർക്ക് വല്യകാര്യാ. കാരണം കൂട്ടത്തിൽ അല്പം ധൈര്യോള്ളത് തങ്കൂനാ. കൃഷിക്കാരായ നാറികളെ ക്കൊണ്ട് തോറ്റൂന്ന് അന്ന് ബാങ്കുകാരും പൊറുതിമുട്ടി. അതോണ്ട് എവ ന്മാർക്ക് ലോണുകൊടുക്കേണ്ടന്ന് ലവന്മാരും വച്ചു. അതുകൊണ്ട് ഇഞ്ചി കൃഷിക്കല്ല, വീടുപണിക്കും ചെന്നോരോട് നെറ്റിയേപ്പോറാനുള്ള കാശ് തരത്തില്ലാന്ന് മാനേജർമാരും കാച്ചിക്കളഞ്ഞു. അതോണ്ട് ഇപ്പോ കൃഷി ലോണിന് ചെല്ലുന്നോര് പതംപറഞ്ഞ് മാനേജന്മാരെ പ്രാകിയാ ഇറങ്ങി പ്പോണത്. അതോണ്ട്... പണ്ടോം, സ്ഥലോക്കെ പണയപ്പെടുത്തി അക്ക രെകേറേണ്ട സ്ഥിതിയാ കൃഷിക്കാർക്കും. അക്കൂട്ടത്തിൽ ബിനീഷും പെട്ടു എന്നുപറഞ്ഞാമതി.

കഴിഞ്ഞ കടം തള്ളലിന് പോയോരുടേതുപോയി കിട്ടിയോർക്ക് കിട്ടി. അല്ലപിന്നെ എന്നാ നാട്ടില്സംസാരം. അക്കാലത്ത് മുറ്റത്ത് കിടന്ന കാറു മായി സൗജന്യ റേഷൻ മേടിക്കാൻ പോയൊരുടെ മക്കളൊക്കെ ഇന്ന് ഒരുവിധം ഇഞ്ചികൃഷീല് കരകേറിയപ്പോൾ ബിനീഷിന് മാത്രം എട്ടി ലെപ്പണികിട്ടിയല്ലോന്ന് വന്നോരൊക്കെ നെരോളിച്ചു.

ബിനീഷിന്റെ വീട്ടിലേക്ക് പന്നിസംഘം ഓടി. അങ്ങോട്ടേക്ക് ആളു കള് കൂടുകയാണ്. ചിലരൊക്കെ അവിടവിടെനിന്നും, ഇരുന്നും ചർച്ചയി ലാണ്. അകത്തൂന്ന് ലൗലീടെ കരച്ചില് ഇടയ്ക്കിടെ പൊങ്ങുന്നു. ചേട്ട ന്മാരുടെ പെണ്ണുങ്ങളുമുണ്ട് ലൗലീടെചുറ്റും കരയാനായി. അയൽവ ക്കത്തെ പെണ്ണുങ്ങള് ചിലോര് ലൗലിയെ സമാധാനിപ്പിക്കുന്നു. മുറ്റത്തെ പശുത്തൊഴുത്തീന്ന് പ്രസവിക്കാറായ പശു അമറി.

“അതേ തുടങ്ങീട്ടൊള്ളൂ ശ്ശവം വരല്.” മുറ്റത്തെക്കോണിൽ നിന്ന മരുതുവളപ്പിൽ ഫ്രാൻസീസിന്റെ മകന്റെ മകൻ സജി ആരോടെന്നില്ലാതെ പറഞ്ഞു. സജി അഞ്ചാറുവർഷംമുമ്പ് കൃഷിനടത്തി കോടികൾ സമ്പാ ദിച്ച് നല്ലനിലേൽ കഴിയുന്നോനാ. അവനറിയാം ഇഞ്ചീന്റെ മിടിപ്പും തുടിപ്പും. അന്ന് കാശ്കിട്ടി മിടുക്കനായ അവനിപ്പം കിട്ടിയ കാശിന് സ്ഥലം വാങ്ങി കുരുമുളക് തോട്ടം പിടിപ്പിക്കുന്ന പണിയാ.

“മൂന്ന് വർഷം ഇഞ്ചിക്ക് വിലനിന്നാൽ പിന്നിടിയും... കേറൂല്ലാ.” സജി പറഞ്ഞു..

അതെ കുരുമുളകിനും ഇതന്നെസ്ഥിതി...എഴുപതേന്നല്ലേ മുപ്പതി ലോട്ട് ഇടിഞ്ഞത്. തുപ്പലുമാക്കൽ കോശിക്ക് ദേഷ്യം വന്നു.

“ഞാൻ മുളക് റീപ്ളാന്റ് ചെയ്തത് അബദ്ധായീന്നാ തോന്നണത്.” സജി പഞ്ഞു.

“അതെ.. വിശ്വസിച്ച് ഒന്നും മേലാത്ത സ്ഥിതിയാ. സർക്കാർ ജോലി യുള്ളോർക്ക് മാത്രം കഴിയാവുന്ന കാലം.” ഈയ്യക്കണ്ടം കണാരൻ പറഞ്ഞു..

“എന്നാവച്ചാലും കൃഷിക്കാർക്ക് ഊമ്പലാട്ടം തന്നാ കോശി. രക്ഷ പ്പെട്ടോനൊക്കെ പെട്ടു...ഇനിയുള്ളോൻ ദേ ഇങ്ങനെ പെട്ട് കിടക്കും.” താന്നിവളപ്പിൽ കൊച്ചേട്ടൻ തന്റെ നരച്ച താടി തടവി കൂട്ടത്തിലുകൂടി.

മറ്റൊരുകൂട്ടം തങ്കൂന്റെ നേതൃത്വത്തിൽ റോഡിലേക്കിറങ്ങുന്ന വഴിയോരം വരിക്കപ്ളാവിന്റെ ചോട്ടിലെ തണലടിച്ച് നിന്ന് ചാറ്റുകയാണ്.

“കൈയീക്കാശുള്ളോനൊക്കെ ഇഞ്ചിലോട്ട് കേറുന്ന കാലത്ത് മ്മ്ടെ കാര്യം പോക്കാ ..നൂറേക്കറും, അഞ്ഞൂറേക്കറുമെടുത്ത് കൃഷിചെയ്യുന്ന കോർപ്പറേറ്റുകാരോട് പിടിച്ചുനിക്കാൻ ആർക്കാ കൂവേ കഴിയുകാ.”

“ഇടത്തരം കൃഷിക്കാർക്കാ പ്രശ്നം...പണയംവച്ചും, ലോണെടുത്തും ഇഞ്ചികൃഷി ചെയ്യുന്നോരുടെ ശവമാ വീട്ടിലേക്ക് വരുക. എന്താ ചെയ്യാ... കർണ്ണാടക മുഴോൻ ഇഞ്ചികൃഷിയാ..വില ഒരുകഴഞ്ച് കൂടില്ല.”സാനി അഭിപ്രായപ്പെട്ടു.

“അതെ കള്ളപ്പണം വെളുപ്പിക്കാനും കുറേപ്പേര് എത്തീട്ടുണ്ട്. മ്മ്ടെ കഷ്ടകാലം.” കുരിശുമല പ്രഭാകരൻ സപ്പോർട്ട് ചെയ്തു.

“അങ്ങ് ഛത്തീസ്ഗഡും മദ്ധ്യപ്രദേശുമെല്ലാം ഇഞ്ചികൃഷിയാന്നു കേക്കണു!” ഒരാൾ പറഞ്ഞു.

“ഹെന്ത് മദ്ധ്യപ്രദേശ് അങ്ങ് പഞ്ചാവിലേക്കും പോയീന്നേ!” മറ്റൊരാൾ

“ഹെന്ത് പഞ്ചാവ്, ചന്ദ്രനിലേക്കും പോയീന്നേ.”

“ഇനി ഏതുപട്ടിക്കാട്ടിലേക്കാണോ ഈശോയെ ഇവന്മാര് കേറണത്.”

“കുടിയേറ്റക്കാരുടെ തലമുറയല്ലേ ഓര് എവിടയും പോകും.”

“ ഒള്ളതാ ഒള്ളതാ..അതാ ശരി.”കവുങ്ങുമ്മേൽ സക്കറിയാച്ചേട്ടൻ വലിച്ച ബീഡികുറ്റി ദൂരോട്ട് ഒറ്റയേറ്.

“ഭൂമിയെകൊല്ലണോരാ ഇഞ്ചികൃഷിക്കാരന്ന് ചെല്ലുണ്ട്.” വേളാക്കണ്ടി ചന്ദ്രൻ കാര്യം പറഞ്ഞു.

“പോടാവുടുന്ന്..” കുരിശുമല പ്രഭാകരേട്ടൻ ഒറ്റയാട്ട്.

“അതേന്നേ ഇഞ്ചിനട്ടേടത്ത് പുല്ലുപോലും മുളക്കില്ലാന്നാ പറയുന്നേ.. അതുപോലെ രാസവളോ കീടനാശിനീമല്ലേ തട്ടുന്നേ.” വേളാക്കണ്ടി വിട്ടില്ല.

“ആ ആർക്കറിയാം!”

“പാപിചെല്ലുന്നോടം പാതാളമാ മ്മ്ടെ ബിനീഷിന്റെ കാര്യം കേട്ടിട്ട്.”

“എപ്പളാ ബോഡിയെത്തുക?”

“ആളുകള് അക്കരയ്ക്ക് പോയിട്ടുണ്ട്.. ആൻപോസ്റ്റിലേക്ക്. തൂങ്ങിനിക്കാന്നാകേട്ടത്..”

“ഇറക്കിന്നേ....കൊണ്ടുപോയന്നാ കേട്ടത് പോസ്റ്റുമോർട്ടത്തിന്.”

“ബോഡി വൈകുന്നേരമെത്തൂന്നാ പറയുന്നേ.” സക്കറിയാച്ചേട്ടൻ പറഞ്ഞു.

“നോട്ടു നിരോധനോങ്കൂടി വന്നപ്പോ വെളുപ്പിക്കണോരുടെ എണ്ണം കൂടി...ഇല്ലാത്തോനേ കുഴിലോട്ടും വിട്ടു.” അവറാൻ അരിശപ്പെട്ടു.

“ആരുപറഞ്ഞു..നോട്ടുനിരോധനംകൊണ്ട് ഗുണമുണ്ടായില്ലാന്ന്.....

കള്ളപ്പണം നിന്നു..തീവ്രവാദം ഇല്ലാണ്ടായി.'' മൂരിക്കാട്ടിലെ നന്ദനൻ പൊടുന്നനെ മുന്നോട്ട് കേറി പറഞ്ഞു. എല്ലാവരുമത്കേട്ട് പെട്ടന്ന് നിശ്ശബ്ദരായി. ഓരോരുത്തരും എങ്ങോട്ടൊക്കെയോ മാറിക്കളഞ്ഞു.

വല്ലപ്പോഴും വീട്ടിലേക്ക് വരുന്ന ബിനീഷ് ഉപ്പുതടം കുര്യച്ചന്റെ കെട്ടിടത്തിനുപുറകിലെ പന്നിമലർത്തൽ സംഘത്തിൽകൂടും.. ഓക്കാനമടിക്കുന്ന കള്ളും, പന്നിക്കറിയും കഴിച്ച് കഷ്ടപ്പാടിന്റെ സങ്കടം മാറ്റാനാണന്ന് വിലപിക്കും.. ഈശോ ജനിച്ചാലും, മരിച്ചാലും, ഉയിർത്താലും, കഴുതപ്പുറത്ത് പോയാലും അപ്പടി സങ്കടോള്ളോര് കാട്ടുന്ന പണിയാ ഇതൊക്കെ. സന്തോഷത്തിനും ദുഃഖത്തിനും കള്ളും പന്നിക്കറീമല്ലാതെ എന്നാ ഈലോകത്തുള്ളത്..ഫൂ..ഇതേന്ന് കിട്ടുന്നത് പെണ്ണുപിടുത്തത്തിന് കിട്ടൂല്ലാ..... അങ്ങനെയൊക്കെ ചർച്ചകള് നീണ്ടുപോകും.

ഇടതുപക്ഷക്കാര് വായനശാല ഭരിച്ചപ്പം അതുപിടിച്ചെടുക്കാൻ കോൺഗ്രസുകാരായ തറുതല തങ്കുവും, നെഞ്ചുതള്ളി പാപ്പനും ചെയ്ത പണി ചില്ലറയല്ല. കാര്യം നേടിയപ്പോൾ ഉള്ളവായനക്കാരും തടിയെടുത്തൂന്ന് അറിയാത്തോരില്ല. കുത്തഴിഞ്ഞ് പോയ വായനശാലയുടെ ഇങ്ങേപ്പുറത്താണ്.. ഉപ്പുതടംകാരുടെ കെട്ടിടം. പന്നിക്കളി ഒരു ദാനമാണന്ന് പറയുന്നോര് തങ്കൂന് പ്രോത്സാഹനം കൊടുക്കും. ഇടയ്ക്കിടയ്ക്ക് അവര്തന്നെ കാശ് കളയാനും പോകും. പൊലീസ് വന്നാൽ കർട്ടനിട്ട് ഞാനൊന്നുമറിഞ്ഞില്ലേ രാമാ..നാരായണാന്ന് ചൊല്ലി ഇപ്പുറംചാടി— — ആരാ എന്താ എന്ന് വെക്കാൻ തങ്കൂന് ഒരു മടീമില്ല.

ബിനീഷ് നല്ലവനെന്ന് പൗലോക്കറിയാം. ചെക്കനങ്ങനത്തെ ഈശാപാശാ മോനൊന്നുമല്ല...നല്ലതറവാട്ടീന്ന് പൊങ്ങീതാന്നും. എത്രകിളച്ചിട്ടും മനംനിറയാത്ത മണ്ണ് സ്നേഹി. ജീവിതത്തിന്റെ നൂലേണിമേ തൂങ്ങി രക്ഷപ്പെടാൻ ശ്രമിക്കുന്ന ഉത്സാഹി. എത്ര ശ്രമിച്ചാലും പൊങ്ങാത്ത ചിലരുണ്ട്.. അവരെ പൊക്കാൻ കർത്താവ് തീരുമാനിക്കാത്തോണ്ടാന്ന് വിശ്വാസികള് പറയും. ബീനീഷിനെക്കുറിച്ച് നാട്ടുകാരുമങ്ങനേ പറയൂ..... പെരുന്നാളിന് തോരണംകെട്ടാനും, കപ്പേളപ്പെരുന്നാളിന് നേർച്ചവിളമ്പാനും ബിനീഷ് മുമ്പിലുണ്ടാകും... പക്ഷേ, പള്ളിപ്പെരുന്നാളിന് വീതപ്പിരിവിടുമ്പേൾ ബിനീഷിന് തുടുക്കും. കൂടുതലായീന്ന് നീരസപ്പെടും. അപ്പോ നല്ലകുമ്പസാരക്കാര് പറയും - ഈശോക്ക് കൊടുത്താലെ കിട്ടുന്ന്.

അതോണ്ട് കിട്ടാനായി എഴുതീത് മുഴോൻ കൊടുക്കും എന്നിട്ട് ബിനീഷ് പറയും നോക്കിക്കോ അടുത്തവർഷം ഇഞ്ചിക്ക് ഒടുക്കത്തെ വിലകേറും.

കരകേറാത്തവനിട്ട് നല്ല കുത്താ വിശ്വാസികള് കൊടുക്കണേന്ന് ലൗലി പറയും. കാരണം ഇഞ്ചികൃഷിമേല് മുൻവർഷങ്ങളിലൊക്കെ കേറിപ്പോയോര് പള്ളിക്ക് പൊൻകുരിശും, സ്വർണ്ണക്കാസയുമൊക്കെ കൊടുത്ത് പെരുന്നാള് നടത്തലുമൊക്കെയായി മത്സരിക്കുമ്പോൾ പാവം ബിനീഷ് അടുത്തവർഷം അടുത്തവർഷമെന്ന് തള്ളിച്ച് തള്ളിച്ച് വിട്ടത് ലൗലിക്കേ അറിയൂ.

അതോണ്ട് രക്ഷപ്പെടാത്തോനെന്ന പേരിൽ വിശ്വാസികളുടെ ഇടേല് ബിനീഷ് ഒറ്റപ്പെട്ടവനായിരുന്നു.....

പണ്ട് ബിനീഷിന്റെ അപ്പൻ തെങ്ങുമൂട്ടിൽ പടക്കം ദേവസ്യായും കഷ്ടപ്പാടിൽ മോശായിരുന്നില്ല. അന്ന് കരേല് വന്ന് ഏക്കറുകൾ വെട്ടിപ്പിടിച്ച് തെരുവ കൃഷിതുടങ്ങീതാ പുള്ളിക്കാരൻ. പക്ഷേ, കള്ളുകുടി-കള്ളവാറ്റും എല്ലാം കളഞ്ഞുകുളിച്ചു. പോത്ത് വെട്ടും, അങ്ങാടീല് പടക്കം പറയലുമായിരുന്നു ശീലം. വേട്ടപ്പാറ ചിന്നന്റെ ചായക്കടേലെ സ്ഥിരം പടക്കക്കാരൻ. എന്തേലും കേട്ടാമതി പിന്നെ ദേവസ്യാ കണ്ടപോലാ കാര്യങ്ങള് വിടുന്നേന്ന് നാട്ടാർക്കറിയാം.

പൊലീസുകാരെ കൊന്നേച്ച്പോയ അജിതേനെ മുള്ളൻകൊല്ലീല് വച്ച് കണ്ടൂന്നും ദേവസ്യാ വലുത് തട്ടീട്ടുണ്ട്. അന്ന് പാന്റിട്ട കൊച്ച്പെണ്ണ് തോക്കുംപിടിച്ച് ആണുങ്ങക്കൊപ്പം കാട്ടിക്കൂടി പോയീന്ന്. നെല്ലുംവെള്ളോം കുടിച്ച് ചേകാടീന്ന് കാട്ടിക്കൂടി വരുമ്പോഴാണ് പോലും മുള്ളൻ കൊല്ലീല് വച്ച് അജിതേനെ കണ്ടതെന്ന്. പിറ്റേന്ന് പുൽപ്പള്ളീല് തെരുവത്തൈലം വിക്കാമ്പോയപ്പഴാണ്പോലും അജിത ചെയ്ത പാതകം അറിയുന്നേന്ന്. ചോരക്കൈപ്പത്തി പൊലീസ്റ്റേഷന്റെ ഭിത്തിയേല് കണ്ടൂന്നും, അതുമ്മേല് തൊട്ടപ്പോ ചോര കൈയേപ്പറ്റീന്നും......ഇതൊക്കെ ദേവസ്യാ തട്ടുന്നത് സത്യാണോന്നറിയാതെ കേട്ടവരും അന്ധാളിച്ചിട്ടുണ്ട്. പക്ഷേ, രാത്രിക്ക് രാത്രി കാട്കേറിപ്പോയ അജിതേനെ ഒരുതരത്തിലും കാണില്ലന്ന് അറിയാമെന്ന കേൾവിക്കാര് ചുമ്മാചിരിച്ച് പടക്കംദേവസ്യാനെ പ്രോത്സാഹിപ്പിച്ചു.

തിരുനെല്ലിക്കാട്ടീല് വർഗ്ഗീസിനെ പൊലീസുകാര് മരത്തേക്കെട്ടിയിട്ട് വെടിവെച്ച് കൊന്നപ്പം കാണാൻ പോയ കാര്യവും മത്തായി തട്ടീട്ടുണ്ട്. ചേകാടി കേറി ചെട്ട്യാന്മാരുടെ ഇടത്തൂടെ കബനികടന്ന് കാട്ടിക്കുളംവഴി തിരുനെല്ലീലേക്ക് ഇരുപത് കിലോലാമീറ്ററ് ഒറ്റ നടത്തം. തിരുനെല്ലില് ആരെയും അടുപ്പിക്കാതെ ഏമാന്മാര് ചുറ്റുംനിക്കുമ്പോഴാ ദേവസ്യാടെ ചെല്ലല്... ചെന്നതേ നല്ല പുളവൻ നെല്ലുവെള്ളം ഒരുകുപ്പി മൂത്ത ഏമാന് കൊടുത്തു വർഗ്ഗീസിനെ കാണണോന്ന് പറഞ്ഞു. അവര് പറഞ്ഞു പുല് പള്ളീന്ന് ആയതോണ്ട് പോയികണ്ടോളാൻ... ചെന്നപ്പോള് വർഗ്ഗീസ് മരിച്ചിട്ടില്ലായിരുന്നു... ദേവസ്യാനെക്കണ്ടതും വർഗ്ഗീസ് നിലവിളിച്ചുപോലും.... ഈ പാപം ഇവന്മാരുടെ മക്കടെമേൽ ഇടിത്തീയ്യായിട്ട് വീഴട്ടേന്ന്.. അങ്ങനെപറഞ്ഞതും വർഗ്ഗീസ് കണ്ണടച്ചുപോലും.

പക്ഷേ, പടക്കം ദേവസ്യാ ശുദ്ധനായിരുന്നു. കള്ളുകുടി മൂത്ത് ഒരറ്റം മുതല് ഭൂമി വിറ്റുതുലച്ചവൻ.. അങ്ങനെ ഇലവും മൂട്ടിലെ രണ്ടേക്കറും, പള്ളിക്കരേലെ മൂന്നേക്കറും വിറ്റുപോയി ചുളുവിലയ്ക്ക്. ജീവിതത്തിൽ കടം കൊടുക്കാമ്പറ്റീല്ലേല് കഷ്ടാണന്നാ ദേവസ്യാവചനം. അതുകൊണ്ട് ചോദിച്ചവർക്കെല്ലാം കടംമേടിച്ച് കൊടുക്കല് പടക്കം ദേവസ്യാക്ക് വല്ല്യ ഉത്സാഹമായിരുന്നു..കൊടുത്തിടത്തെല്ലാം പടക്കംദേവസ്യാ പെട്ടുപോയെന്ന് പിന്നീട് നാട്ടുകാരും വലിയവായിൽ ചിരിച്ചു.

ബിനീഷിന്റെപ്പൻ ദേവസ്യാടെ അപ്പൻ അന്ത്രയോസ് വെട്ടിയെടുത്തതാ അവരിപ്പോ താമസിക്കുന്ന പഞ്ഞിമുക്കിലെ രണ്ടേക്കറ്. അങ്ങനെ വിറ്റുതുലഞ്ഞ കുടുംബത്തിലെ അവസാനത്തെ കണ്ണിയാ ബീനീഷ്.. അവൻ ഇനിയും രക്ഷപ്പെടാത്തത് കുടുംബം പ്രാക്ക് മേടിച്ച്കെട്ടിയതോണ്ടാണന്ന് നാട്ടുകാരുടെ കുശുകുശുപ്പുണ്ട്.

നെല്ലുവെള്ളം വാറ്റുപുരേല് വാറ്റുമ്പോഴാണ് പോലും പടക്കം ദേവസ്യാടെ വിടലുകള് കൂടുതലും നടക്കുക. അതിൽ ചിലതെല്ലാം സത്യണെന്നും പറച്ചിലുണ്ട്.

കമ്യൂണിസ്റ്റെന്ന് പറഞ്ഞാൽ അടികിട്ടുന്ന കാലമുണ്ടായിരുന്നെന്നും കോൺഗ്രസുകാരാണ് പുൽപ്പള്ളീല് ആദ്യം വന്നതെന്ന് കോൺഗ്രസുകാരും, അല്ല കമ്യൂണിസ്റ്റുകളെന്ന് കമ്യൂണിസ്റ്റുകളും വാദിച്ചപ്പോൾ, കുടിയിറക്കുവന്നപ്പോൾ തടുക്കാൻ കമ്യൂണിസ്റ്റുകളേ ഉണ്ടായിരുന്നുവെന്നും, ക്രിസ്ത്യാനികള് കോൺഗ്രസുകാരുടെ കാല്നക്കി കൂട്ടുകൂടി കമ്യൂണിസ്റ്റ് മന്ത്രിസഭയെ താഴെയിറക്കിയ നാറികളാണന്നും, നാട് നശിക്കാൻ അതാണ് കാരണമായതെന്നും ദേവസ്യാ കാച്ചും. ബ്രിട്ടീഷ്കാരുടെ കാലത്ത് വൈത്തീരീല് രണ്ടുകിലോയ്ക്ക് മുകളിലുള്ള അരി പൂഴ്ത്തിവെപ്പെന്നും പറഞ്ഞ് പട്ടാളം പിടിച്ചെടുത്തപ്പോൾ കമ്യൂണിസ്റ്റുകാര് നെഞ്ചുവിരിച്ച് ബ്രീട്ടീഷുകാരന്റെ തോക്കിനുമുമ്പിൽ നിന്നോരാണന്നും, പട്ടിണികൊണ്ട് കാടുകേറിയ മണ്ണിന്റെ മക്കളെ കൊല്ലടാ നാറികളെ, എന്ന് പറഞ്ഞ് കല്ലും, കട്ടയ്ക്കും എറിഞ്ഞോടിച്ചോരാണന്നും ദേവസ്യാ അണച്ചിട്ടുണ്ട്.

അന്നത്തെ കമ്യൂണിസ്റ്റുകാരെല്ലാം പേടിച്ച് കോൺഗ്രസായീന്ന് പറയുന്നവരോട് കാളപെറ്റന്ന് കേക്കുമ്പോഴെ കമൂണിസ്റ്റ്കാർ കയറെടുക്കുന്നവരല്ലന്നും, ദേവസ്യാ വിട്ടില്ല.. ഇ എം എസിന്റെ കാലത്ത് കുടിയിറക്കിയപ്പോൾ കമ്യൂണിസ്റ്റുകളായ ആനകുത്തിയിൽ ചെല്ലപ്പൻ, പുലിപ്പറമ്പിൽ മാത്യൂ, കരടിപ്പാറ ജോസഫ്, നരികുന്നേൽ യോഹന്നാൻ, കീരിവളപ്പിൽ ഔത, പാമ്പനാൽ ഇട്ടൂപ്പ്, പോത്തുംകാട്ടിൽ ചുമ്മാര് തുടങ്ങീയോരൊക്കെ നെഞ്ച് വിരിച്ച് നിന്നന്നും. കോൺഗ്രസുകാരായ, വീട്ടിക്കുന്നേൽ കുട്ടി, ആഞ്ഞിലിക്കൽ മോഹനൻ, മരുതുവളപ്പിൽ ഫ്രാൻസീസ്, ആലുമൂട് അപ്പച്ചൻ, പൂവ്വത്തുംച്ചോട് അവിര, തേക്കുവളപ്പിൽ രാരിച്ചൻ, തെങ്ങുമ്മൂട് ബേബിച്ചൻ, കവുങ്ങുംകുഴീൽ ജോർജ്, പ്ളാമ്പുരക്കൽ കുട്ടപ്പൻ തുടങ്ങീയോരൊക്കെ പഴശ്ശിക്കുന്നിലേക്ക് പേടിച്ചോടീന്നും ദേവസ്യാ കളിയാക്കി..ഏതായാലും അന്നത്തെകാലം മുതലിങ്ങോട്ട് വെന്ത് നരകിച്ചിട്ടും, ഒരുകഴഞ്ച് പണം ബാക്കിവെക്കാത്തോരാണ് ആത്മഹത്യചെയ്യുന്നേന്ന് ചിലോര് പറയുമ്പോൾ.....കള്ളുകുടിം പന്നിമലർത്തുമായി നടന്ന ഏമ്പോക്കികളാണ് കാശുണ്ടാക്കാതെ തെണ്ടിനടക്കുന്നേന്നും... ക്രിസ്ത്യാനികൾക്കത് നാണക്കേടാണന്നും പറയുന്നോരുണ്ട്.

ഇഞ്ചികൃഷീല് രക്ഷപ്പെടാത്തോർക്ക് കരക്കാര് കടംകൊടുക്കാൻ ഇത്തിരി പുളിക്കും.. കർത്താവ് കുരിശേന്നു പറഞ്ഞാലും അനുസ

രിക്കാത്തത് ക്രിസ്ത്യാനികൾക്ക് ഒന്നേയുള്ളൂ - മണ്ണ്.

മകനല്ല മരുമോനാന്നു വച്ചാലും മണ്ണ്കൊടുത്തുള്ള കളിവേണ്ടാന്നാ കുടിയേറ്റക്കാർക്ക്. കാരണം വെട്ടിയുണ്ടാക്കിയേന്റെ ദെണ്ണം അവർക്കേ അറിയൂ.

അപ്പോ ബിനീഷിന്റെ ഭാര്യ ലൗലി നല്ലോണമൊന്നു കീറിയത് കേട്ടു. "ഹെന്റെ ചേട്ടായി....."

അതുകേട്ട് അപ്പുറത്തേ വീട്ടിലെ മേഴ്സീടമ്മയും നൊരോളിക്കുന്നത് കണ്ടു ..എട്ടുതികഞ്ഞ ലൗലീടെ ഉദരം വീർത്തത് പൊടുന്നനെ ചുങ്ങീത് അവരെ വേദനിപ്പിച്ചു.

"എന്തിനാ പൊന്നേ പോയത്...പറഞ്ഞതല്ലേ? എനി വേണ്ടന്ന്... കൂലിപ്പണിക്ക് പോകാൻ.. കാശില്ലാത്തോർക്ക് ഈപ്പണിപറ്റില്ലന്ന്. അന്നേരമെന്നാ പറഞ്ഞേ... ഇല്ലടീ ഈ വർഷം വിലകിട്ടുന്ന്... രക്ഷപ്പെടൂന്ന്... എന്നിട്ടിപ്പം എന്തായി പോയില്ലേ പൊന്നേ!!!".

കുതറി കരഞ്ഞ ലൗലീനെ വെട്ടുപാറേലെ തെയ്യാമ്മച്ചേടത്തി കൈയേപ്പിടിച്ചോണ്ട് പറഞ്ഞു.

"കരയല്ലേടി പെണ്ണേ. എന്റെകെട്ടിയോനും കഴിഞ്ഞ വിലയിടിച്ചിലിന് ചത്തതല്ലേ...എന്നിട്ട് ഞാനിത്രേ കരഞ്ഞില്ല."

"പോയി ചേടത്തി പോയി...തുലഞ്ഞില്ലേ. എനി ഞാനേടെപ്പോയി ബാക്കിയുള്ളോന്റെ കടംതീർക്കും."

"അതൊക്കെ ഉണ്ടാകും ലൗലി നീയ്യടങ്ങ്. പോയോരുപോയി. വയറ്റിക്കിടക്കണകൊച്ചിനെ നോക്കടീ നീയ്യ്."

"എന്നാത്തിനാ ചേടത്തീ ഈച്ചതി കർത്താവ് ചെയ്തത്. പള്ളിക്ക് നല്ലോണം കൊടുത്തതല്ലേ."

"പള്ളിക്ക് കൊടുത്താലുമെന്റെ ലൗലി കർത്താവ് വിളിച്ചാ ചെല്ലാണ്ടിരിക്കാമ്പറ്റോ പോക്കണംകേട് പറയാതെ."

അന്നേരം ഇഞ്ചിക്കാലാക്ക് കൂട്ടുകിടക്കണ തുമ്പക്കാല ജോണിന്റ ഫോൺ വീണ്ടും വന്നു. "ഹലോ...തെങ്ങുമൂട്ടിക്കാരുടെ വീടല്ലേ?"

"അതേ ബിനീഷിന്റെ ചേട്ടൻ അവുതയാ."

"ഞാൻ ജോണിയാ... ആൻപോസ്റ്റീന്ന് പോസ്റ്റ്മോർട്ടം കഴിഞ്ഞു ബോഡി കൊണ്ടുപൊക്കോളാൻ പറഞ്ഞു."

"എപ്പോ എത്തും...വൈകുന്നേരമെത്തുമോ ജോണി?"

"എത്തിയേക്കും, ബോഡി ആംബുലൻസിലേക്ക് കേറ്റുകാ."

"തോട്ടപ്പള്ളി വാസും, കണ്ടുനില്പേൽ രാജനുമൊക്കെ അവിടുണ്ടോ?"

"വന്നോരെല്ലാം ഇവിടുണ്ട്.....പിന്നെ മെമ്പറ് പുളിച്ചമാക്കൽ ചാക്കോക്ക് കന്നഡ അറിയാവുന്നോണ്ട് കാര്യം വേഗം നടന്നു."

"ഇവിടേ മുഴോൻ ആളുകള് കൂടിനിക്കാ ബോഡികാണാനായി."

"വൈകുന്നേരത്തേക്ക് എത്തൂന്ന് പറ."

"ഓ...പറഞ്ഞേക്കാം."

"ലൗലിച്ചേച്ചിയോടും എല്ലാം പറഞ്ഞേര്."

"ഹെന്നാ...ഹെന്നാ..ആരാ?" കിളിസ്വരത്തിൽ തങ്കൂ മുന്നോട്ടുന്തി.

"ബോഡി വൈകുന്നേരമെത്തൂന്ന്."

"അടക്കിന്നുണ്ടോ?" നെഞ്ചൂക്കൻ ചോദിച്ചു.

"എത്തൂമ്പോ വൈകും.... നാളേണ്ടാവൂ."

"എന്നാലുമിത്ര പെട്ടന്ന്... കഴിഞ്ഞാഴ്ചയാ ബിനീഷ് പോയത്." തട്ടുകട പാപ്പൻ സങ്കടപ്പെട്ടു കണ്ണുതുടച്ചു.

"ഇഞ്ചിപറിച്ച് വിറ്റേച്ച് വരാന്ന്പറഞ്ഞ് പോയതാ." അവുത വെമ്പി.

"കർത്താവ് വിളിച്ചപ്പംപ്പോയീന്ന്കരുതിയാമതി." അവറാൻ സങ്കടപ്പെട്ടു.

തങ്കൂ കൂടുതലൊന്നും പറയാതെ മുറ്റത്തെ കസേരയിൽ ചെന്നിരുന്നു മുഖം പൊത്തി.

"ഞാൻ കണ്ടിട്ടുണ്ട് ബിനീഷിന്റെ ഇഞ്ചി." നെഞ്ചൂക്കിൽ അവറാൻ തങ്കൂനെ തൊട്ട് പറഞ്ഞു.

"ആണോ!"

"സ്വന്തം മക്കളെപ്പോലെ ഒരുകുറവും വരുത്താതയാ ബിനീഷ് ഇഞ്ചി നോക്കീത്. എന്നിട്ടും....." അവറാൻ മുഴുവനാക്കിയില്ല.

ബിനീഷിന്റെ ചേട്ടൻ മാണിക്കുഞ്ഞപ്പോൾ മൂക്ക് ചീറ്റി പറഞ്ഞു.

"വിലകീഴോട്ടിരുന്നപ്പം ആധിപൂണ്ട ബിനീഷ് പെട്ടന്ന് ഇഞ്ചി പറിച്ചു."

വിലപറഞ്ഞ കീരിമട തങ്കപ്പൻ പെട്ടെന്ന് വില കുറച്ചുകളഞ്ഞതാണു പോലും ചതിച്ചത്. കുന്നോളം കൂട്ടിയിട്ട ഇഞ്ചിക്ക് മുമ്പീന്ന് ബിനീഷ് വെപ്രാളപ്പെട്ടത് അവർ അറിഞ്ഞിരുന്നു.

അവനേയും പറഞ്ഞിട്ട് കാര്യമില്ല.. സ്ഥിതി ദയനീയമാ. ഇതിലും വിലകുറച്ച് സാധനം മദ്ധ്യേന്റ്യയില് കിട്ടൂന്ന്... പറഞ്ഞവിലയ്ക്ക് കീരിമടയ്ക്ക് കൊടുക്കാൻ മനസ്സ് വന്നില്ലവന്..കൊടുത്താലും നഷ്ടം നികരൂലാത്തോണ്ട്...ഏജന്റ്മാര് പരമാവധി വില കുറച്ചെടുക്കാൻ തലങ്ങും വിലങ്ങും പായുന്നിടത്ത് ബിനീഷ് പെട്ടുഎന്നതാണ് കഥ.. എന്നാചെയ്യാനാ,സാമ്പിളുമെടുത്തോണ്ട് തുമ്പക്കാലാ ജോൺ തെക്കോട്ടും ബിനിഷ് വടക്കോട്ടും പാഞ്ഞു...കണ്ടകടയും....ഏജന്റുമാരും വില പറഞ്ഞില്ല.. വാട്ട്സ് ആപ്പിൽ ബിനീഷിന്റെ ഇഞ്ചി ഏജന്റ്മാര് കച്ചവടക്കാരെ മുഴോൻ അറിയിച്ചു. ചെന്നേടൊത്തൊക്കെ കച്ചവടക്കാർ വേണ്ടന്ന് പറഞ്ഞൊഴിഞ്ഞു. ആർക്കും വേണ്ടാന്ന്.. അപ്പോഴേക്കും മുളയിഞ്ചി ബിനീഷിന്റ മനസ്സിന്റൊപ്പം ചീയ്യാൻ തുടങ്ങിയിരുന്നു. ചതി എവിടുന്നാ വന്നേന്ന് നോക്കാൻ നേരം കിട്ടില്ല... ദിവസം മൂന്നുകഴിഞ്ഞപ്പോൾ കിട്ടുന്ന വിലയ്ക്ക് തട്ടാൻ നോക്കീട്ടും കാര്യം നടന്നില്ല. പാട്ടക്കരാറ് തീരാൻപോണതും.... വില പാതാളത്തിലേക്ക് താഴുന്നതുമറിഞ്ഞ ബിനീഷ് പിറ്റേന്ന് നല്ല കട്ടുകഴപ്പൻ കുപ്പീമായിട്ടാ വന്നേന്ന് തുമ്പക്കാലാ ജോൺ പറഞ്ഞിരുന്നു.

അതുകേട്ട് അവറാൻ പറഞ്ഞു. "ഒരിക്കല് കാവലുപുരേല് ഞാനും

കിടന്നതാ. മരുഭൂമിപോലെ പരന്നാ കരമുഴോനും ഇഞ്ചിത്തോട്ടം. ആയിരക്കണക്കിന് ഏക്കറിനു നടുവിൽ രണ്ടേക്കറോളം ബിനീഷിനിന്റേതാണ് ബീച്ചനള്ളി ഡാമിനോട് ചേർന്ന്."

അന്ന് ബിനീഷ് പറഞ്ഞു. "അവറാച്ചാ ഇഞ്ചിപ്പഴുപ്പടിക്കാതെ ഫ്യുറഡാനാടിക്കാൻതന്നെ വേണം അൻപതിനായിരം. ഇനി ഇവനെയൊന്ന് മൂപ്പിച്ച് പറിക്കുമ്പേഴേക്കും വിലവരൂന്നുറപ്പാ."

"വിലപോയാലോ ബിനീഷേ?"

"എന്റെവറാച്ചാ അങ്ങനൊന്നും പറയാതെ. അതോർക്കാനെ പറ്റുന്നില്ല... ഒടുക്കത്തെ പാട്ടക്കരാറും കൊടുത്ത്, പൊന്നുപോലെ കാക്കുന്ന ഇഞ്ചിയാ. പോയാല് പിന്നെ ഞാനുണ്ടാവൂല്ലാ. ഇപ്രാവശ്യം രണ്ടേക്കറിലെ കൃഷിമതീന്ന് വച്ചതാ എന്നിട്ടുമായി ഒൻപതുലക്ഷം. പോയാപ്പിന്നെ ഞാനെന്തിനാടാ അവറാനേ!" ഒരാന്തലോടെ ഇഞ്ചിപ്പുരയിലേക്ക് ബിനീഷ് കുഴഞ്ഞുവീണത് നെഞ്ചൂക്കൻ ഓർത്തു.

ടെന്റിനടീലെ കസേരകളിലിരുന്ന് തട്ടുകട പാപ്പൻ പറഞ്ഞു. "കള്ളപ്പണം വെളുപ്പിക്കുന്നോരാ ഈഷപ്പണിചെയ്യണത്. ഓരുക്കുന്നും പോവൂലാ..പോണത് ..അഷ്ടി കഷ്ടിപോകുന്ന മ്മ്ളാ."

"മാണ്ട്യാല് രണ്ടായിരം ഏക്കാറാ കൊച്ചീന്നുള്ള ഒരു കോർപ്പറേറ്റ് ചെയ്യണത്."

"കൊറേപ്പേര് തേക്കേന്ത്യയിലേക്ക് പോയിട്ടുണ്ട്."

"അവരുടെയൊക്കൊ കാര്യോർക്കുമ്പം....തിരിച്ച് വരോ ആവോ."

"സ്ഥലംകിട്ടാണ്ടായാരോ അങ്ങട്ട് പോയത്...അവിടെ ചിലവ്കൊറാവാന്ന് കേക്കണു."

"വിലകേറ്റിക്കിട്ടിയാല് പോയോര് രാജാക്കളാ."

കൊച്ചുകുഞ്ഞിനെനോക്കുംമ്പോലെ നോക്കിയാലെ ഇഞ്ചികേറു... നന, പാത്തിച്ചെത്തല്, കളപറിക്കൽ, കീടനാശിനി ഒഴിക്കല്....അങ്ങനെ ആറുമാസം മതി.. പക്ഷേ, വിലപോയാല് ജീവിതാ പോകണത്. മഞ്ഞളിപ്പ്കേറി ഒന്നാകെപോയാലും പണി നേരത്തേകിട്ടും. ഇതൊക്കെ ഓർത്താ അവറാൻ പന്നിമലർത്തലിലേക്ക് ശ്രദ്ധവച്ചത്. ഒത്താല് ഇതീന്നും കിട്ടുന്ന്.

അപ്പോഴേക്കും പാമ്പുകാട്ടിൽ സണ്ണി മൈക്ക് കെട്ടി മരണം വിളംബരംചെയ്യാനായി പന്തലിനകത്ത് കഴുത്ത് നീട്ടി നടക്കുന്നത് കണ്ടു..എവിടെയാ ബോക്സ് കെട്ടുക? ഇനി നാളെവരെ മരണപ്പാട്ട് സമീപത്തെ വീട്ടിക്കൂടെ ഇഴഞ്ഞുനടക്കും. നിനക്കും പണികിട്ടും നല്ലോണം നോക്കി ജീവിച്ചോ എന്നാ ഒപ്പീസ് ഓർമ്മിപ്പിക്കുന്നേ.. പക്ഷേ, എന്നാ ഒപ്പീസ്. അമ്പതുവർഷം കേട്ടിട്ടും നാല് കാശിനും മണ്ണിനും കണക്കുപറയുന്നോനെ കുരിശേലോട്ട് കേറ്റാനാ നല്ലക്രിസ്ത്യാനി തെരുവക്കാല പാപ്പു പറയുന്നേ. പക്ഷേ, ചങ്ങായി അന്നും ഇന്നും പാപ്പർസ്യൂട്ട്.... ഒറ്റമുണ്ടും, ഷർട്ടും, നീണ്ടുനരച്ചതാടിയും കക്ഷത്തില് ഡയറിയും. കല്ല്യാണബ്രോക്കറാ. നാട്ടുകാർക്ക് വേണ്ടപ്പെട്ടവൻ.

പട്ടത്തില് പൗലോയപ്പോൾ ത്രേസ്യക്കൊപ്പം വന്ന് കഴുക്കു മുഴുക്കു വട്ടം നോക്കി... ആകാശത്തേക്കും ഒന്നു നോക്കി. മഴപെയ്യുമോ? ഇല്ല. ത്രേസ്യാ മാത്രം വീടിനുള്ളിലേക്ക് പോയി. പുറത്ത് ആരോടുമടുക്കാതെ പൗലോ പരുമ്മി പരുമ്മി നിന്നു.

സന്ധ്യവീണപ്പോഴേക്കും പള്ളിവികാരി ഞെളിയംകുന്നേല് ജോയി അച്ചനും കൂടെ കപ്യാര് ഞാഞ്ഞൂലേൽ കൊച്ചേട്ടനും എത്തി...മുപ്പതു വർഷായി കൊച്ചേട്ടനുണ്ട് വികാരിമാരുടെ കൂടെ, ധൂപക്കുറ്റി ആട്ടിപ്പിടിച്ച് ബൈബിളും നോമ്പിലിട്ട്. ഒപ്പീസും, വാഴ്വിനും മണിയടിക്കാൻ.

പിടുത്തംകിട്ടാത്ത ജോയി അച്ചന്റെ വയറപ്പോൾ മുമ്പോട്ട് കുതിച്ചു കുതിച്ചു പോകുന്നത് നോക്കി കപ്യാരു ഭയന്നുപറഞ്ഞു. “അച്ചാ പതുക്കെ മുമ്പില് നടയാണ്.”

“ദേ വന്നു.....ബോഡി വന്നു.” ക്ണാപ്പേൽ തോമാക്കുട്ടിടെ ഒച്ച പെട്ടന്ന് പന്തലിൽ മുഴങ്ങി.

അപ്പോഴേക്കും പന്തലിനുള്ളിലുള്ളവർ തലപൊക്കി താഴെ റോഡിലേക്ക് നോക്കി.

“ഒള്ളതാ, അതാ വന്നു. സൈറൺ മുഴങ്ങുന്നുണ്ട്.” ഓമനക്കുഞ്ഞേട്ടനും വിട്ടില്ല. ലൗലീടെ പാപ്പനാ...ഭാര്യ ഓമനയ്ക്കൊപ്പം തുള്ളിത്തുള്ളി കുഞ്ഞേട്ടൻ ഇങ്ങനെയായിപ്പോയതാ.

“ശരിയാ സംഗതി എത്തി.” കണ്ടവർ കണ്ടവർ അങ്ങാട്ടേക്ക് ഓടി. ബിനീഷിന്റെ മരിച്ച് കിടപ്പ് ആദ്യം കാണാനായി.

ആംബുലൻസിന്റെ സൈറൺ അമർന്നൊതുങ്ങി.

പെട്ടന്ന് നിന്നുപോയ ലൗലീടെ ഞരക്കമൊച്ചത്തിലായി വീട്ടിനുള്ളീന്ന്.

“പോയി..ചേടത്തി പോയി... ഞങ്ങളെന്നാ പിഴച്ചിട്ടാ. ആദ്യംപെറ്റ ആടും..ആദ്യത്തെ തേങ്ങാക്കൊലയും പള്ളിക്ക് ചേട്ടായി കൊടുത്തില്ലേ. ഇഞ്ചിക്ക് വില കിട്ടിയാല് കപ്പേളക്കുരിശ് സ്വർണ്ണത്തെ പണിയാന്ന് പറഞ്ഞില്ലേ. എന്നിട്ടും.....”

അപ്പോൾ ആംബുലൻസിന് ചുറ്റുംകൂടിയ ആളുകളെ തട്ടിമാറ്റി, തുമ്പക്കാലാ ജോണും, പുളിച്ചമാക്കൽ തോമായും ഒച്ചയിട്ടു. “മാറ് മാറ്...ബോഡിയിറക്കട്ടെ.” അവർ ആളുകളെ തട്ടി തട്ടി മാറ്റി..

അപ്പോഴേക്കും മരിച്ച ബിനീഷിന്റെ മുഖത്തേക്ക് ആദ്യമായി നോട്ടമിടാൻ ആൾക്കൂട്ടം ആംബുലൻസിനെ വളയുകയായിരുന്നു..

ആംബുലൻസിന് മണ്ടേല് ചുവപ്പ് എരിഞ്ഞെരിഞ്ഞ് തീർന്നന്ന് തങ്കുവും കൂട്ടരും കണ്ടു.

അപ്പോ വീട്ടിനുള്ളീന്ന് പെട്ടന്ന് അലർച്ചകൾ മുഴങ്ങീ.

“അയ്യോ ദേ..ദേ..ലൗലി...” സ്ത്രീകൾ കൂട്ടത്തോടെ അലറുകയണ്. പൊടുന്നനെ അലർച്ചകൾ തുടർച്ചയായി മുഴങ്ങി..അയ്യോ..അയ്യോ. സ്ത്രീകൾ ഭയന്ന് പുറത്തേക്ക് ചാടിയിറങ്ങുകയും ചെയ്യുന്നു.

“എന്താ?എന്താ?” ആളുകൾ തിക്കിത്തിരക്കി.
“അയ്യോ ലൗലിപെറ്റു...ദേ..ദേ...ചോര ചോര!!!!”
ഏതോ സ്ത്രീ വിളിച്ചു പറയുകയാണ്.
പൊടുന്നനെ ആളുകൾ ബോഡിവിട്ട് ലൗലിക്ക് നേരെ പാഞ്ഞു..

- ചിലർക്കുമാത്രം നേടാൻ കഴിയുന്നതിനെ അംഗീകരിക്കയും സ്വയം വിലയിരുത്തലിലൂടെ പോരായ്മകൾ പരിഹരിക്കുന്നവനുമാണ് വിജയി.

ചിരിമരുന്നു ശാല

ജീവിതത്തിലെ ഒരോ പരാജയങ്ങളും ഓരോ വലിയ ചിരിയായി മാറ്റണമെന്ന് അനന്തൻ ശപഥം ചെയ്തിരുന്നു. പക്ഷേ, ഇപ്പോളത്തര മൊന്ന് തൊണ്ടയോളം വന്ന് മുട്ടിയിട്ടും പിടി തരാതെ വഴുതി മാറുന്നതിൽ അയാൾ വല്ലാതെ ഉൽക്കണ്ഠപ്പെട്ടു. തന്റെ പതിമൂന്നാമത്തെ തൊഴിൽ പരാജയം അതായത് ആഴത്തിൽ മുറിവുകളേറ്റുള്ള ഈ വീഴ്ച യിലെങ്കിലും ശരിക്കൊന്ന് ചിരിക്കണമെന്ന് എത്ര കരുതീട്ടും ചിരി അനന്തനെനോക്കി കളിയാക്കിയതല്ലാതെ തൊടാതെ നിന്നു.

മനുഷ്യൻ വിജയങ്ങളിലല്ല പരാജയങ്ങളിലാണ് ചിരിക്കേണ്ടതെന്ന ഫിലോസഫി ഉച്ചിയോളം കിടന്നിട്ടും ചിരി ഒരു വേതാളമായി അയാൾക്കു മുമ്പിൽ തലകീഴായി കിടന്നു. ചിരിയുടെ മഹാരഹസ്യം മനുഷ്യന് അറിയില്ല. തലച്ചോറോ ഹൃദയമോ ഏതാണിതിന്റെ പ്രഭവകേന്ദ്രം. ഇപ്പോൾ തന്റെ പതിമൂന്ന് മുറിവുകളേയും അനന്തൻ ഇങ്ങനെ വ്യാഖ്യാനം ചെയ്തു. തൊഴിൽ - ആദ്യമതൊരു ചെറിയ ഫർണിച്ചർ കട, ഒപ്പം ഒരു ഇൻസ്റ്റാൾമെന്റ് സ്കീമും. ഉള്ളിൽ ആഴത്തിലാണ് അത് മുറിവുണ്ടാക്കി വീഴ്ത്തിക്കളഞ്ഞത്. പിന്നെ ഓട്ടോ റിക്ഷയായി-പിന്നെ, ഒന്നു രണ്ടു മൾട്ടി നാഷണൽ കമ്പനികളുടെ പിമ്പുകൾ, ട്യൂഷൻ മാസ്റ്റർ, രാഷ്ട്രീയത്തിൽ നേതാവ്, പിന്നെ ചില കമ്പ്യൂട്ടർ കോഴ്സുകൾ.... അങ്ങനെങ്ങനെ എത്ര മാത്രം ജീവിതത്തോട് ഒട്ടിപ്പിടിക്കാൻ ശ്രമിച്ചുവോ അപ്പോഴെല്ലാം അനന്തൻ പിഴുതെറിയപ്പെട്ടുകൊണ്ടേയിരുന്നു ജീവിതത്തിൽനിന്ന്. അങ്ങനെ വേദനകളുടെ ഒരായിരം കുത്തിപ്പറിക്കലുകൾ സമ്മാനിച്ച മുറിവാഴങ്ങളിൽ അനന്തൻ വെന്തു കിടന്നു. ഒരു പരാജയത്തിലും കരയരുത്, നന്നായി ചിരിക്കണമെന്ന് ഹൃദയത്തോട് തീക്ഷ്ണമായി സംവാദിച്ചിരുന്നതാണ്, പക്ഷേ, ഇപ്പോളെത്രമാത്രം ആഞ്ഞിട്ടും ചിരി പൊള്ളിപ്പിടിക്കാതെ അന

ന്തൻ നീറിപ്പിടഞ്ഞു. എന്നാലൊരു കരച്ചിലാകട്ടെ എന്നു കരുതിയെങ്കിലും, ഒന്നിലും കരയരുതെന്ന ശപഥം അതിനെയും ഹനിച്ചുകളഞ്ഞു. ഇങ്ങനെ പരാജയങ്ങൾ വിഷ സർപ്പങ്ങളായി അയാൾക്കു പുറകെയുണ്ടായിരുന്നു...

-ഒന്നും നിങ്ങൾ മുഴുമിപ്പിക്കയില്ല.

ഭാര്യയുടെ വാക്കുകൾ ഒരശരീരിയായി അയാൾക്കു മകളിൽ പടർന്നു കിടന്നു. ആത്മാവിനെ കീഴടക്കികൊണ്ട്..

പക്ഷേ, അനന്തൻ കേട്ടിരുന്നു, പണമെന്ന ചിന്തയിൽ ഒരാൾ ഹൃദയം എത്രമാത്രം ആഴത്തിൽ സമർപ്പിക്കുന്നുവോ അത് അത്രമാത്രം വളർന്ന് അയാളെ സംരക്ഷിക്കുമെന്ന്.

അനന്തനും കരുതി. എല്ലാത്തിന്റെയും തുടക്കം നല്ല കുതിപ്പുകളുണ്ടായിരുന്നതാണല്ലോ.

അന്നേരമാകും അശരീരി വരിക-ഒന്നും നിങ്ങൾ മുഴുമിപ്പിക്കയില്ല.

പിന്നെയേതാണ്?

അനന്തൻ കരയാൻ തുടങ്ങി. ഇപ്പോൾ പതിമൂന്ന് മുറിവുകളുടേയും ആഴങ്ങളിൽ തടവി അനന്തൻ പൊരിവെയിലിലെ സർപ്പത്തേപ്പോലെ പുളഞ്ഞു, പിന്നെ ചിരികെട്ട സ്വത്വത്തെ പഴിച്ചു. ഇനിയെങ്കിലും പുതിയ ഒന്ന് വരിക്കുമ്പോൾ ശരിക്കും തയ്യാറെടുപ്പ് നടത്തണമെന്നും, പരാജയം മനുഷ്യ സഹജമാണന്നും, മനുഷ്യർ കരയാതെ ചിരിക്കുന്നവരാകണമെന്നുമൊക്കെ....... ഇങ്ങനെ ചിന്തിച്ച് ചിന്തിച്ച് അയാൾ കട്ടിലിൽ മുഖം കുത്തി വീണു. പിന്നെ മലർന്നു. ആയിരം കടബാദ്ധ്യതാസർപ്പങ്ങൾ അയാളെ കൊത്തിക്കൊണ്ടേയിരുന്നു പിന്നിൽനിന്നും. വിഷംതീണ്ടിയ പൊള്ളലിൽ ഞെട്ടി എഴുന്നേറ്റ് അയാൾ ജനൽ വഴി പുറത്തേക്ക് നോക്കി. അങ്ങ് നഗരത്തിൽ പൊന്തി നില്ക്കുന്ന മണിസൗധങ്ങൾ.. അതിനുമുകളിൽ ആകാശച്ചെരിവ് കേറിപ്പോകുന്ന കറുത്ത മേഘക്കുന്നുകൾ.... അവ പെയ്യാനാണ് കേറിപ്പോകുന്നത്. ഇരുണ്ടു കൊഴുത്ത അതിന്റ ദേഹത്ത് ഒന്ന് സ്പർശിക്കണമെന്ന് അയാൾക്കു തോന്നി; നല്ല കുളിരു കിട്ടും. മഴ പാഞ്ഞു വരികയാണ്. മേശപ്പുറത്തെ തണുത്ത ചായക്കപ്പിനു ചുറ്റും ഒരീച്ച റോന്തടിക്കുന്നു.

ഓരോ തൊഴിൽ തുടങ്ങുമ്പോഴും ശരിക്കും കരുതലുകളോടെതന്നെയായിരുന്നുവെന്ന് അനന്തന് തോന്നിയിരുന്നു..എന്നിട്ടും!!!!!!

ക്ലാവ് ചുരണ്ടാത്ത വെങ്കലപ്പാത്രങ്ങളായി തിരഞ്ഞെടുക്കലുകൾ ഇപ്പോൾ അയാളെ തൊട്ടു. പക്ഷേ, എത്ര തോറ്റാലും ഇങ്ങനെ പൂജ്യത്തിൽനിന്നുള്ള ഉയർത്തെഴുന്നേല്പുകൾ അനന്തനെ വല്ലാതെ ഉന്മാദപ്പെടുത്തികൊണ്ടേയിരുന്നു. അയാൾ വീണ്ടും ശപഥംചെയ്തു.

ഇനി തുടങ്ങുമ്പോൾ ശരിക്കും ആലോചിച്ച് വേണം. - തികച്ചും വ്യത്യസ്തമായ ഒന്ന്.

അനന്തൻ നഗരത്തിലൂടെ അലയാൻ തുടങ്ങി, മുറിവേല്ക്കാത്ത മറ്റൊന്നിനായി..

മാർക്കറ്റുകൾ, ബസ്റ്റാന്റുകൾ, കടൽത്തീരം.. അന്നേരമാണ് അയാൾ

ഞെട്ടിയത്, നഗരത്തിലാരും ചിരിക്കുന്നില്ല! എതിരെ വരുന്നവരൊക്കെ വല്ലാത്ത വെപ്രാളത്തിലാണ് പോക്ക്!!......അനന്തൻ വെറുതെ ഒന്നു ചിരിച്ചുനോക്കി ചിലരോട്, പക്ഷേ,.... ഭ്രാന്തനെപ്പോലെയാണ് അയാളെ എല്ലാവരും കണ്ടത്, എന്നിട്ട് വേഗം കടന്നുപോകുന്നു.. ശരിയാണ് അവൾക്കും ചിരിയുണ്ടായിരുന്നില്ലല്ലോ...അനന്തനെ അത് ഞെട്ടിച്ചു. ഇതുവരെ താനും അത് ശ്രദ്ധിച്ചിരുന്നിന്നേയില്ലല്ലോ!!!!!

ബീഫ് മാർക്കറ്റിലും ഫാഷൻ വസ്ത്ര ശാലകളിലും മനുഷ്യർ വല്ലാതെ ആർക്കുന്നു. ആരുംതന്നെ ചിരിക്കുന്നില്ല. ഈച്ചകളെപ്പോലെയാണ് നഗരത്തിലെ ആശുപത്രികളിൽ മനുഷ്യൻ കൂടുകെട്ടിക്കിടക്കുന്നത്. അവിടെ മരണപ്പെട്ടവരെ അടക്കം ചെയ്യാനും, അല്ലാത്തവരെ രക്ഷപ്പെടുത്താനുമുള്ള ശ്രമങ്ങളിൽ മനുഷ്യൻ മഹാപാച്ചിലാണ്. റോഡിലപ്പോൾ പുറത്ത് മാറാപ്പുമായി ഒരു ഭ്രാന്തൻ പൊട്ടിച്ചിരിക്കുന്നതുകണ്ടു..അതിന്റെ രസകരമായ കയറ്റിറക്കങ്ങൾ കണാനായി ആളുകൾ അയാളെ വല്ലാതെ പൊതിയുന്നു... ശരിക്കുമയാൾ ആളുകളെ കൊതിപ്പിക്കുകയാണ്..... അയാൾ കുളിച്ചിട്ടില്ലായിരുന്നു... വയറൊട്ടി... എന്നിട്ടും. .....

പെട്ടന്ന് അനന്തനിൽ ഒരുതരിപ്പ് പൊന്തി..രോമകൂപങ്ങൾ എഴുന്നു. അതിൽനിന്നും ഉപ്പുകണങ്ങൾ ചിതറി. ജീവിതത്തിൽ എത്ര ശ്രമിച്ചിട്ടും വിജയിക്കാത്തവർ!!!!! അവരെ ചിരിപ്പിക്കുക ഒരു തൊഴിലാക്കിക്കൂടേ?

നഗരക്കാഴ്ചകളിലൂടെ അയാളിപ്പോൾ നടക്കുകയാണ്. തിരക്കിൽ ഒരു വൃദ്ധനെ പുറകോട്ട് തെറിപ്പിച്ച് ബസിൽ കയറിപ്പറ്റുന്ന സ്കൂൾ കുട്ടികളെ കണ്ടു... മറ്റൊരു ഭാഗത്ത് ലഹരി വില്ക്കുന്നവരും അതു വാങ്ങി മൂക്കറ്റം കേറ്റുന്നവരും.... വീടുകളിൽ ചിരി നഷ്ടപ്പെട്ടവരുടെ പിന്മുറക്കാരാണിവർ... നഗരത്തിന്റെ ഒഴിഞ്ഞ മൂലയിൽ ഒരു വൃദ്ധനേയും വൃദ്ധയേയും അനാഥത്വത്തിലേക്ക് ഇറക്കിവിട്ട് പാഞ്ഞു പോകുന്ന ആധുനിക കാറിന്റെ പാച്ചിൽ... അതിനകത്ത് റോക്ക് മ്യൂസിക്കിന്റെ താളം...വൃദ്ധരെ കണ്ട് ചില സാമൂഹ്യ പ്രവർത്തകർ ഓടിയടുത്തു... തർക്കത്തിനൊടുവിൽ അവർ അവരേയും പങ്കിടുന്നതുകണ്ടു!!!!!

ചിരിയില്ലാത്തതാണ് പ്രശ്നം... അനന്തന് ദേഹാസ്വാസ്ഥ്യം തോന്നി...

നടപ്പിൽ ബഹളം കേട്ട ഒരു വീട്ടിലേക്ക് കേറിനോക്കി... അവിടെ വലിയ ഒരു തർക്കം നടക്കുന്നു... കാവിയോ, ചുവപ്പോ..ഏതു തരം തുണിയാണ് മരിച്ചവനെ പുതപ്പിച്ചാൽ സ്വർഗ്ഗം കിട്ടുക പോലും....

കണ്ണിൽ ഇരട്ടു കേറി അനന്തന്.

ചിരിക്കാനറിയാത്തതാണ് പ്രശ്നം. അനന്തൻ അവിടെനിന്നും ഇറങ്ങി ഓടി...

അയാൾക്കെതിരെ, അകലെ, വാഹനമിടിച്ച് ചത്ത ഒരു തെരുവുപട്ടിയെയും ചുമന്ന് ഒരു കൂട്ടം ആളുകളപ്പോൾ ഇരച്ചു വരികയാണ് -മുദ്രാവാക്യം വിളിച്ച്..

പട്ടിയും മനുഷ്യരും തുല്യരാണു പോലും... അവർക്കു പുറകിൽ വാഹനങ്ങളും, മനുഷ്യരും കടന്നുപോകാനായി ഊഴം കാത്തു കിടക്കുന്നു.

പിറ്റേന്ന് ഹർത്താൽ...

കാരണം.

തെരുവു നായകളുടെ സംരക്ഷണം.

ബന്ദിൽ പെട്ടെന്ന് തീർത്ത ബാരിക്കേഡിനരുകിൽ ഒരു സ്ത്രീ പ്രസവ വേദനയിൽ പുളയുന്നു. അവളെ കൊണ്ടുവന്ന ഓട്ടോറിക്ഷ മറ്റൊരു ഭാഗത്ത് കത്തിക്കിടക്കുന്നു....

ഒന്നു ചിരിച്ചാൽ തീരുന്ന ചെറിയകാര്യത്തിനു വലിയ വിലകൊടുക്കുന്ന കാഴ്ചയാണ് അയാൾ എവിടെയും കണ്ടത്. പുഴുക്കുത്തേറ്റ്ചടച്ചു പോയ ഈ മനുഷ്യരെ ഒന്നു ചിരിപ്പിച്ചേ മതിയാവൂ...അനന്തൻ പ്രതിജ്ഞയെടുത്തു .....നഗരത്തിലെ ചിരിക്കാത്തവർക്കായി ഒരു ചിരിമരുന്നു ശാല. ഈ പുതിയ ഒന്ന് വരുന്നതോടെ മനുഷ്യമനസ്സുകൾ പാടെ മാറുമെന്ന് അനന്തൻ കണക്കുകൾകൂട്ടി.

നഗരത്തിന്റെ ഭ്രാന്തിൽ ചിരികെട്ടവർക്ക് ഒരിറ്റു ചിരി, തനിക്കൊരു ജോലിയും.... സ്വയംവിഡ്ഢിയാകാതെ മറ്റാളുകളെപ്പോലെ എന്തിനേയും പണമാക്കി മാറ്റാനുള്ള ത്വര അനന്തനിൽ ഉണർന്നുകഴിഞ്ഞിരുന്നു.

ശാലയുടെ അനേകം ശാഖകൾ ഇപ്പോൾത്തന്നെ അയാളിലൂടെ കടന്നുപോയി. പെട്ടന്നത് മറ്റൊരാൾ തട്ടിയെടുത്തതായി അനന്തന് തോന്നി... ശ്രദ്ധിക്കണം... ആളുകൾ പുതുമയും, ലാഭവുമുള്ള തൊഴിലുകൾ തപ്പുന്നുണ്ട്...

ഇൻവെസ്റ്റ്മെന്റ്!!!!!

അതുണ്ടാക്കാവുന്നതേയുള്ളൂ...അനന്തന്റെ ആവേശം കണ്ട് ബാങ്ക് മാനേജർക്കും വിശ്വാസമായി...രഹസ്യമായി ഒന്നു ചിരിക്കണമെന്ന് അയാളും കരുതീട്ടുണ്ടാകുമെന്ന് അനന്തൻ ചിരിച്ചു... തുടർന്ന് കെട്ടിടവും അനുയോജ്യമായ പരിസരവും കണ്ടെത്തൽ അത്ഭുതാവഹമായിരുന്നു... അതൊക്കെ തനിക്കു കരുതിവച്ചതുപോലെയെന്ന് അനന്തൻ. നഗരത്തീന്ന് അകന്നുള്ള വാടക കെട്ടിടത്തിൽ രണ്ടു മുറികൾ ഫർണീഷ് ചെയ്ത് ശബ്ദം അകത്തേക്കും പുറത്തേക്കും കടക്കാതിരിക്കാനുള്ള ക്രമീകരണങ്ങളാക്കി. ഓഫീസ് അലങ്കരിച്ച് രണ്ടു ലേഡീ സ്റ്റാഫുകളെയും അതിനു മോടികൂട്ടി വച്ചു... (ശമ്പളം 2500, തൊഴിൽ മെച്ചമായാൽ ശമ്പളവും മെച്ചപ്പെടുമെന്ന കരാറിൽ)അവരാരും ചിരിച്ചിരുന്നില്ല..ചേരി വീടുകളിലെ എജ്യൂക്കേറ്റഡ് ആയ അവർക്ക് അതിനുള്ള സമയം കിട്ടിയിട്ടില്ലന്ന്....ചോദിച്ചപ്പോൾ അറിഞ്ഞു....

ഒരുവൾക്ക് കവിളിൽ കാക്കപ്പുള്ളിയും, മറ്റവൾ തടിച്ച് തോളറ്റം മുടി വെട്ടിയവളും...രണ്ടു പേരും കാഴ്ചയിൽ സുന്ദരികൾ തന്നെ.

നഗരത്തിലെങ്ങും ഫ്ളക്സ് ബോർഡുകൾ നിറഞ്ഞു...

ചിരിമരുന്നു ശാല

ചിരിനഷ്ടപ്പെട്ടവർക്കാശ്രയം.

ഒന്നു ചിരിക്കൂ ആയുസ്സ് വർദ്ധിപ്പിക്കൂ....

സ്ത്രീകൾക്കും, പുരുഷന്മാർക്കും പ്രത്യേകസൗകര്യം

അനേകം ഫ്ളക്സുബോർഡുകൾക്കിടയിൽ അനന്തന്റേതും സ്ഥാനം പിടിച്ചു. ഇതില്ലാതെ നഗരത്തിനു ജീവിക്കാനാവില്ല എന്നതുപോലെ.. പക്ഷേ, പ്രകൃതിയോ?

ഓഫീസിലിരുന്നാൽ പുറത്തെ ശൂന്യമായ പാർക്കിങ് ലോട്ട് കാണാമായിരുന്നു. അതിനു മുമ്പിൽ പരസ്യബോർഡ് രണ്ട് ഇരുമ്പുകാലുകളിലായി കവച്ചു നില്ക്കുന്നു അയാളെ കളിയാക്കുമ്പോലെ. അയാൾക്കു ജാള്യത തോന്നി....എങ്കിലും പതറരുത്, ഇതു ജീവിതമാണ് എന്ന ബോധോദയം അയാളെ പിന്നിൽനിന്നും കുത്തിക്കൊണ്ടേയിരുന്നു. മാങ്ങാക്കണ്ടി മോഹനൻ എന്ന കോർപ്പറേഷൻ മെമ്പറാണ് നാട മുറിച്ച് ഓഫീസ് ഉദ്ഘാടനം നിർവ്വഹിച്ചത്. അതിനുശേഷം അധികമൊന്നും സംസാരിക്കാതെ ആരോടും ചിരിക്കാതെയാണ് അയാൾ സ്ഥലം വിട്ടതെന്ന് അനന്തനെ അസ്ഥാളിപ്പിച്ചിരുന്നു.

ചിരിമരുന്നു ശാല ശരിക്കും ഒരു കണ്ണാടിക്കൂടായിരുന്നു. സ്ത്രീകൾക്കും പുരുഷന്മാർക്കുമായി പ്രത്യേകം തരംതിരിച്ചത്. ഇതൊരു സ്വകാര്യ തെറാപ്പിതന്നെയെന്ന് അനന്തന് തോന്നി. അയാളുടെ ഇരിപ്പിടത്തിനു പുറകിൽ ഉപഭോക്താക്കളുടെ ശ്രദ്ധയ്ക്കായി ഒരു ബോർഡ് കണ്ടു.

മിനിമംചാർജ് RS500-30 മിനിറ്റ്
സമയം കൂടുതൽ വേണ്ടവർ തുടർന്നുള്ള
ഓരോ അഞ്ചു മിനിറ്റിനും, RS100.

ശാലയുടെ കതകിൽ ഇങ്ങനെയും എഴുതി വച്ചു.

ദയവായി നിങ്ങളുടെ മൊബൈൽ ഫോൺ സ്വിച്ച് ഓഫ് ചെയ്യുക.

ഫോൺ വഴി ബുക്കിങ് സ്വീകരിച്ച് സമയം ക്രമീകരിച്ചായിരുന്നു ഉപഭോക്താക്കൾക്ക് പ്രവേശനം പ്ലാൻ ചെയ്തിരുന്നത്. പക്ഷേ, മൂന്നു ദിവസം കഴിഞ്ഞിട്ടും അന്വേഷണമോ, ആളുകളോ വരാത്തതിൽ അനന്തൻ ഞെട്ടി, ശരീരം തളരുന്നതു പോലെ..... അന്നേരം അറിയാതെ അയാൾ തന്റെ പഴയ പതിമൂന്ന് മുറിവുകളെയും തടവാൻതുടങ്ങിയിരുന്നു.... അയാൾക്കു ചുറ്റും ഒരു കൊടുങ്കാറ്റു ജനിക്കുകയായിരുന്നു.. ഓഫീസിലെ പെൺകുട്ടികൾ ഇപ്പോൾത്തന്നെ നോക്കാനോ, സംസാരിക്കാനോ ഭയപ്പെടുന്നതു പോലെ അയാൾക്കു തോന്നി.....

ഇവർക്കൊന്നു ചിരിച്ചാലെന്താണ്....ജോലി നഷ്ടപ്പെടുമെന്ന ഭീതിയോ? അയാൾ സ്വയം ശപിച്ചു.

പൊടുന്നനെ പാർക്കിങ് ലോട്ടിൽ ഒരു വെളുത്ത ഷെവർലെറ്റ്കാർ വന്നു നിന്നു. അതിൽനിന്നും മോടിയിൽ വസ്ത്രം ധരിച്ച മദ്ധ്യവയസ്കരായ ഭാര്യാഭർത്താക്കന്മാർ ഇറങ്ങി.

അവരെ സ്വീകരിക്കാനായി പോയത് സ്ലിമ്മായ, കവിളിൽ കാക്കപ്പുള്ളിയുള്ളവളായിരുന്നു.

അവർക്കൊന്നു ചിരിക്കണം പോലും... വലിയ തലയും ചെറിയ ഉടലുകളുള്ള മൂന്നു കുഞ്ഞുങ്ങളെ ജനിപ്പിച്ചവർ... എല്ലാം നഷ്ടപ്പെട്ടവർ... വളരെ ദുർഘടം പിടിച്ച ജീവിതപാതയിലൂടെ നീങ്ങുന്നവർ.

അനന്തൻ അവരോടു പറഞ്ഞു. നിങ്ങൾക്ക് ഭാഗ്യമുണ്ട്, അതുകൊണ്ടാണ് ഇവിടെയെത്തിയത്. നിങ്ങൾ നന്നായി ഒന്നുചിരിക്കൂ ആശ്വാസം കിട്ടും...... പക്ഷേ, രണ്ടാമതൊരാൾ മറ്റൊരാളുടെ പോരായ്മകൾ അറിയാൻ പാടില്ല. ചിരിമരുന്നു ശാലയിൽ രോഗി തനിച്ചായിരിക്കണമെന്ന് അനന്തന് നിർബ്ബന്ധമുണ്ടായിരുന്നു. അതുകൊണ്ടാണ് വെവ്വേറെ മുറികൾ. ക്യാമറക്കണ്ണുകളൊ, ഒളിഞ്ഞു നോട്ടങ്ങളോ ഉണ്ടാകില്ല. ഇത്രമാത്രം... കഴിവതും ജീവിത യാഥാർത്ഥ്യങ്ങൾ ഓർമ്മയിലേക്ക് കൊണ്ടുവരിക... കരയരുത്... ക്ഷോഭിക്കരുത്... എന്നിട്ട് മുമ്പിലെ നിലക്കണ്ണാടിയിൽ നോക്കി ചെയ്തുപോയ ജീവിതത്തിലെ പൊള്ളയായ വശങ്ങൾ നിരത്തി നിങ്ങൾ നിങ്ങളെത്തന്നെ കളിയാക്കുക അപ്പോൾ ചിരി അത് സ്വയം നാണിച്ച് നാണിച്ച് നിങ്ങളെ തന്നെ ചിരിപ്പിച്ചു കിടത്തികൊള്ളും. ഓർക്കുക-ചിരിക്കായി തമാശ പറയാനോ, ഇക്കിളിപ്പെടുത്താനോ അകത്താരുമുണ്ടാവില്ല. ചെയ്തുപോയ കാപട്യങ്ങളെ ഓർത്ത് സ്വയം കളിയാക്കുക മാത്രമാണിവിടെ മരുന്ന്... കച്ചവടത്തിലെ കൃതൃമത്വങ്ങളോ, വാക് മാധുര്യമോ ഈ ശാലയിലുണ്ടാവില്ല. നിങ്ങൾ മറ്റൊരു ലോകത്തെത്തി സ്വയം കളിയാക്കുക മാത്രമാണിവിടെ മരുന്ന്. സർവ്വദുഃഖത്തിനും കാരണം ഭൂമിയിലെ അകമെന്ന നശീകരണ ആയുധമാണ്. അതിനെ വലിച്ചെറിയുക വഴി നിങ്ങൾ സ്വയം സുഖം പ്രാപിക്കുന്നു.

ആദ്യ ഉപഭോക്താക്കൾ വിജയപ്രദമായി പുറത്തുവന്നപ്പോൾ കാക്കപ്പുള്ളി പെൺകുട്ടി അവർക്കു ലൈംജൂസ് നല്കി. ചിരിയുടെ ആലസ്യം ഉപഭോക്താക്കളിൽ വല്ലാത്ത ദാഹമുണ്ടാക്കുമെന്ന് അനന്തന് ഉറപ്പ്. അവർക്ക് മുമ്പിൽ വിജിഗീഷുവിനേപ്പോലെ നിന്ന് അനന്തൻ ഒന്നു ചിരിക്കാൻ ശ്രമിച്ചു.... എന്നാൽ ജ്യൂസ് മടുമടെ കുടിച്ച് അനന്തനെ ഒട്ടും ഗൗനിക്കാതെയായിരുന്നു വേഗത്തിൽ ദമ്പതികളുടെ ഒഴിഞ്ഞുപോക്ക്. എങ്കിലും മഴപെയ്തു തോർന്ന ഒരു ഭാവം അവരിൽ അനന്തൻ അറിഞ്ഞുകഴിഞ്ഞിരുന്നു.. പിന്നീട് നഗരത്തിലെ ജ്വല്ലറി ഉടമ... അയാളുടെ ഒറ്റമകൻ കാറപകടത്തിൽ കൊല്ലപ്പെട്ടുപോലും. ഭാര്യ ക്യാൻസർ രോഗി... സ്വത്തുക്കൾ അന്യാധീനപ്പെടുന്നതിൽ അയാൾക്ക് ഒന്ന് ചിരിക്കണം. പിന്നെ ചില രാഷ്ട്രീയക്കാർ (ഒന്നു രണ്ട് മുൻ മന്ത്രിമാരും) തലയിൽ മുണ്ടിട്ടു കേറുന്നത് അവർ ഇവിടെയും ആവർത്തിച്ചു. ചില സിനിമാക്കാർ... നമ്മളെ ഒരുപാട് ചിരിപ്പിക്കാൻ ശ്രമിച്ചവർ.. നിരവധി ക്യാൻസർ രോഗികൾ, കുടുംബ സമാധാനം നശിച്ച ഭാര്യാഭർത്താക്കന്മാർ... അങ്ങനെ നിരവധി..... ബുക്കിങ്ങുകളുടെ വൻ തിരക്ക്..... സംശയിച്ച് നിന്നവരൊക്കെ സഹികെട്ട് മുന്നോട്ട് വരുന്നതായി അനന്തൻ മനസ്സിലാക്കി....അയാൾക്കറിയാമായിരുന്നു, ശാന്തത എന്തിലാണോ കുടികൊള്ളുന്നത് അവിടെ മനുഷ്യർ തിക്കുണ്ടാക്കുമെന്ന്.....അതാണ് ധ്യാനകേന്ദ്രങ്ങളിലേക്കുപോകാനിരുന്നവർപോലും ചിരിമരുന്നുശാല തേടി എത്തിയത്.

അത്ഭുതം.....!!!

ചിലരുടെ നടുവേദന, ചൊറി, ചിരങ്ങ്, മദ്യപാനം എന്നിവയും മാറി

യതായി സാക്ഷ്യപ്പെടുത്തപ്പെട്ടു... ഒരു രോഗി ക്യാൻസർ രോഗം കുറയുന്നതായി അനുഭവിച്ചുപോലും. ഇപ്പോൾ പലർക്കും അപ്പോയ്മെന്റ് നല്കാൻ പോലും അനന്തൻപാടുപെട്ടു. അനന്തൻ മുറി രണ്ടെണ്ണം കൂടി ഫർണിഷ് ചെയ്ത് കിടത്തി. രണ്ടു പേരെക്കൂടി ജോലിക്കായി എടുത്തു. ശമ്പള വർദ്ധനവും.. അയാൾ കൂടുതൽ ശാഖകൾ മനസ്സിൽ പ്ലാൻ ചെയ്തുകഴിഞ്ഞിരുന്നു.....

കഴിഞ്ഞ പതിമൂന്ന് വീഴ്ചകളുടേയും മുറിവുകൾ അയാളിൽ ഭേദപ്പെട്ടു തുടങ്ങിയിരുന്നു.

ഇപ്പോൾ കൈനിറയെ കാശ്... കാറ്, ഫ്ളാറ്റ്... ഓഫീസ് പൂർണ്ണമായി കമ്പ്യൂട്ടർവല്ക്കരിച്ച് ഫീസുകളെല്ലാം കാലോചിതമായി വർദ്ധിപ്പിച്ചു.

ഇപ്പോൾ ചിരിമരുന്നുശാല എങ്ങനെ മനുഷ്യമനസ്സിനെ സ്വാധീനിക്കുന്നുവെന്നും, ഉപഭോക്താക്കൾ എങ്ങനെയത് സ്വീകരിക്കുന്നുവെന്നും അനന്തനിൽ വേവാൻ തുടങ്ങിയിരുന്നു. അയാൾ വളരെ രഹസ്യമായി ഒരു ക്യാമറക്കണ്ണ് ശാലയിൽ സ്ഥാപിച്ചു...ഇനി തന്റെ സ്വകാര്യ മുറിയിലിരുന്ന് രോഗികളെ നിരീക്ഷിക്കണമെന്നും, ഒത്താൽ അതിന്റെ സി ഡിയും വീഡിയോയും ഇറക്കണമെന്നും അയാൾ കണക്കുകൾ കൂട്ടി..

അനന്തൻ ഞടുങ്ങിപ്പോയി.

ചിരിമരുന്നു ശാലയിലേക്ക് കയറിയ ചെറുപ്പക്കാരൻ(ഒറ്റ വെട്ടിന് അപ്പനേയും മറ്റേ വെട്ടിന് അമ്മയേയും കശാപ്പുചെയ്തവൻ, ജാമ്യം കഷ്ടിച്ചു നേടിയതാണ്.) കണ്ണാടിയിലെ തന്റെ പ്രതിബിംബത്തോട് വലിയ വായിൽ നൊരോളിക്കുന്നു...

അനന്തൻ കസേരയിൽനിന്ന് തെറിച്ചു പോയി.

അടുത്തത് ജപ്തിയിൽ വീടും കൂടും നഷ്ടപ്പെട്ടവൻ, അയാൾ മുറിയിലേക്ക് വന്നതും കരയാൻ തുടങ്ങിയിരുന്നു. അങ്ങനെ വീണ്ടും, വീണ്ടും....ജ്വല്ലറി ഉടമ....

ക്യാൻസർ രോഗികൾ.....

മക്കൾ നഷ്ടപ്പെട്ടവർ...

എയ്ഡ്സ് രോഗികൾ.......

എല്ലാവരും തങ്ങൾക്കനുവദിച്ച സമയങ്ങൾ നന്നായി കരഞ്ഞ് കരഞ്ഞ് കണ്ണീർ വാർത്ത് തങ്ങളൊക്കെ ചിരിക്കുകയായിരുന്നുവെന്ന് ധ്വനിപ്പിച്ചാണ് ചിരി മരുന്നുശാല വിടുന്നത്.

സത്യത്തിൽ ഒരാൾ പോലും ചിരിക്കാൻശ്രമിക്കുന്നത് അനന്തൻ കണ്ടില്ല... അനന്തന് തലകറങ്ങി...തന്റെ രോഗികൾ തന്നെ കബളിപ്പിക്കയായിരുന്നു... എല്ലാവർക്കും ഒറ്റയ്ക്കു കരയാനുള്ള വേദിയായിരുന്നു ചിരിമരുന്നുശാല. അനന്തന്റെ ബോധത്തെ അത് കഷണങ്ങളാക്കി നുറുക്കി. അനേകം മുറിവുകളുടെ ആഴത്തിലേക്കയാൾ വീണ്ടും തലകുത്തിവീണു എന്നിട്ട് തന്റെ പതിനാലാമത്തെ ആഴമുള്ള നെഞ്ചിലെ മുറിവിൽ തെപ്പിപിടിച്ചു.

നീണ്ട കരച്ചിലുകൾക്ക് ശേഷമുള്ള ശാന്തതയായിരുന്നു എല്ലാവ

രിലും മുറ്റിനിന്നത്. പക്ഷേ, ചോദിച്ചാൽ ഈ സത്യത്തെ അംഗീകരിക്കാത്ത വർ. പരാജയം എവിടെനിന്നും വരാം.. സ്വന്തം വീട്ടിൽനിന്നു പോലും... സത്യങ്ങളെല്ലാം പരാജയങ്ങളാണ്. അനന്തൻ നൊരോളിക്കാൻ തുടങ്ങി.

ജനക്കൂട്ടം തന്റെ സ്ഥാപനത്തിലേക്കിപ്പോൾ ഇരച്ചു കയറുകയാണ്.

അവർ വിളിച്ചു പറയുന്നു. ദ്രോഹി.... ജനത്തെ കരയിക്കുകയായി രുന്നു ഇയാൾ ഇത്രയും നാൾ......... അനന്തന് തോന്നി ആരോ തന്റെ ചങ്കിൽ കഠാര താഴ്ത്തിയെന്ന്...അയാൾ അവിടം പൊത്തിപ്പിടിച്ചു കൊണ്ട് മുഖം കുത്തി വീണു.... കഠാരയുടെ ആഴങ്ങളെല്ലാം വല്ലാതെ നീറ്റിപ്പിടി ക്കുകയാണ്... മാറിൽനിന്ന് രക്തം ഒഴുകുന്നു.

അയാൾ ബദ്ധപ്പെട്ട് എഴുന്നേറ്റ് അതിവേഗം ആളൊഴിഞ്ഞ ചിരിമരു ന്നുശാലയിലേക്ക് പ്രവേശിച്ചു.

ആരും ചിരിക്കാത്ത ഈ ചിരിമരുന്നുശാലയിൽ നിന്ന് അയാൾക്കൊ ന്നുപൊട്ടിച്ചിരിക്കണം പോലും. ബദ്ധപ്പെട്ട് കണ്ണാടിക്കു മുമ്പിൽ നിവർ ന്നുനിന്ന് അയാളിപ്പോൾ സ്വയം കളിയാക്കാൻ തുടങ്ങി. ചാഞ്ഞും ചരിഞ്ഞും, മറിഞ്ഞും ചാടിയും ആവുന്നത്ര കുതിപ്പിൽ....അപ്പോഴേക്കും ചിരി അയാളിലേക്ക് വല്ലാതെ ആക്രമിച്ച് കേറിത്തുടങ്ങിയിരുന്നു.

...ചിരി...ചിരി...

ഇപ്പോളത് ഉച്ചത്തിൽ മുഴങ്ങി...

..മനുഷ്യൻ ചിരിച്ചാലും മരിക്കും....കരഞ്ഞാലും മരിക്കും...എങ്കിൽ പിന്നെ.....

പൊടുന്നനെ ചങ്കു പൊട്ടി തന്റെ പതിനാലാമത്തെ മുറിവാഴത്തി ലേക്ക് അയാൾ ഊർന്നുന്നൂർന്ന് വീണു....

ചോര...ചോര..

ഇപ്പോളതു ചിരിമരുന്നു ശാല മുഴുവൻ നിറയാൻ തുടങ്ങി.

- സ്വയം ശൂന്യവത്ക്കരിക്കാതെ വിജയംവരുമെന്ന് കരുതരുത്
പരാജയങ്ങൾ എപ്പോഴും നിന്റെകൂടെയുള്ളതുകൊണ്ടാണ്
വിജയം മാറിനിൽക്കുന്നത്.

പൂച്ച ഇരപിടിക്കുന്നതെങ്ങനെ

"**കു**ട്ടി മഷികുടിച്ചാണ് മരിച്ചതെന്ന് ഞാൻ പറഞ്ഞാൽ അക്കാര്യം നിങ്ങൾ നിഷേധിക്കുമോ?" ഹാളിലെ ആളുകൾ അന്നേരം മറുപടി പറയേണ്ട അവരുടെ മുഖത്തേക്ക് ആകാംക്ഷയോടെ നോക്കി. തികച്ചും ഭാവശൂന്യം. പ്രായത്തിന്റെ കടന്നുകയറ്റം അവരെ പക്വതയുള്ളതാക്കിയിരുന്നു. ചെവിക്ക് പുറകിലേക്ക് നരച്ച കുറുനിരകൾ ഒതുക്കി, മുഖത്തെ കണ്ണട ഊരി കൈയിൽ വച്ച് ചോദ്യമുന്നയിച്ച കരിമ്പുലിയുടെ നേർക്ക് അവർ നോക്കി. ആ മുഖവും വേഷവും അപ്പോൾ അങ്ങനെ അവർക്ക് തോന്നിച്ചു.

"നിഷേധിക്കില്ല."

ഹാളിലെ കൂറ്റൻ നാഴികമണിയപ്പോൾ പന്ത്രണ്ട് എന്ന് ശബ്ദിച്ചു. ചെറിയ ഒരു മുഴക്കമേ അതിനുണ്ടായിരുന്നുള്ളൂ. ആളുകൾ നോക്കുമ്പോൾ മൂന്നു സൂചികളും മേല്ക്കുമേൽ കേറി നില്ക്കുന്നു. പക്ഷേ, പിണക്കമെന്നതുപോലെ ഏറ്റവും മുകളിലത്തേത് തെന്നിപ്പോകുന്നു.

"കാരണം നിങ്ങളുടെ പിഴവ്, അശ്രദ്ധ അത് ആഴത്തിൽ കിടക്കുന്നുവെന്ന് പറഞ്ഞാൽ നിഷേധിക്കുമോ?"

"നിഷേധിക്കും.... വളരെ കൃത്യമായി ഞാൻ എമിലിയെ ശ്രദ്ധിച്ചിരുന്നു."

പൊടുന്നനെ മേലാകെ വെളുത്ത പാണ്ടുകളുള്ള ഒരു കറുത്ത പൂച്ച അവർക്ക് പുറകിലെ ജനൽപ്പടിയിലേക്ക് ചാടി വന്ന് ഇരുന്നു. അതിന്റെ വായിൽ ഒരു എലിക്കുഞ്ഞ്. അത് പിടയ്ക്കുകയാണ് ജീവനുവേണ്ടി. ഇത്ര ചെറിയ എലിയെ പിടിച്ച് രസിക്കുന്ന പൂച്ചയോട് ഹാളിലെ ആളുകൾക്കപ്പോൾ അതൃപ്തി തോന്നി. പൂച്ചയ്ക്ക് ചാടണമെന്നുണ്ട് അകത്തേക്ക് പക്ഷേ, അകത്തെ ആളുകളുടെ നോട്ടവും ഇരിപ്പും അതിനെ വല്ലാതെ

വിസ്മയിപ്പിച്ച മട്ടുണ്ട്. അത് എലിക്കുഞ്ഞിനെ ജനൽപ്പടിയിൽ വച്ച് ഒന്ന് കരഞ്ഞു. ങ്യാവൂ.... കുഞ്ഞെനെലി ഒന്നു പിടഞ്ഞു രക്ഷപ്പെടാനെന്നോണം. അന്നേരം അത് പിടച്ച് അകത്തോട്ട് വീണു അവർക്ക് പിറകിൽ. അതിന്റെ പുറകെ പൂച്ചയും ചാടി. എന്നിട്ട് അതിനെ കളിപ്പിക്കാൻ തുടങ്ങി... പോ..പോ.. എന്ന ധ്വനിയിൽ അതിനെ തട്ടിക്കൊണ്ട് ആളുകൾ അത് നോക്കി എന്തുചെയ്യണമെന്നറിയാതെ വിസ്മയിപ്പിച്ചു. അപ്പോൾ പൂച്ചയ്ക്ക് ഇരയെ കളിപ്പിക്കുന്ന സ്വഭാവമുണ്ടന്നും അതിന്റെ വലുപ്പമല്ല രുചിയാണ് പ്രധാനമെന്നും ആളുകൾ ചിന്തിച്ചു.

പ്രതിക്കൂട്ടിൽ നിന്ന അവർക്കതിനെ കാണാനാകുമായിരുന്നില്ല. അവരുടെ നോട്ടം കരിമ്പുലിയുടെ മുഖത്തായിരുന്നു. ശ്രദ്ധപതററുത് എന്നപോലെ ഇടയിൽ ചില മുഷിപ്പുകളൊക്കെ പ്രകടിപ്പിച്ചുകൊണ്ട്.

അപ്പോഴേക്കും എലിക്കുഞ്ഞ് മരണപ്പെട്ടതായി ആളുകൾ കണ്ടു.

“കുട്ടിയെ രക്ഷപ്പെടുത്താൻ നിങ്ങളെന്തൊക്കെ ചെയ്തു.”

“സാധാരണ മഷികുടിച്ച കുട്ടിയെ രക്ഷപ്പെടുത്താൻ പ്രയാസമാണ്. പക്ഷേ, ഞാൻ ആവുന്നതും ശ്രമിച്ചിരുന്നു.”

അവർ കണ്ണട മുഖത്ത് പുനഃസ്ഥാപിച്ച് ഭിത്തിയിലെ ട്യൂബ് പ്രകാശത്തിലേക്ക് നോക്കി. അവിടെ വെളിച്ച മോഹിതയായ ഒരു കുഞ്ഞൻ പറവയെ ലക്ഷ്യമാക്കി പല്ലി കുതിക്കയും അതിനെ വായിലാക്കി വിശ്രമിക്കയായിരുന്നു. പെട്ടെന്ന് പറവയുടെ പിടച്ചിലോ എന്തോ പല്ലി തറയിലേക്ക് പൊടുന്നനെ വീഴുകയും ഇരയുമായി ഓടിമറയുകയും ചെയ്യുന്നത് ആളുകൾ വല്ലായ്മയോടെ കണ്ടു.

പുറത്തെ മഴക്കോള് മുറിക്കുള്ളിൽ ഇരുട്ട് നിറച്ചിരുന്നതുകൊണ്ട് മുറിക്കുള്ളിൽ ലൈറ്റുകൾ ആവശ്യമായിരുന്നു.

“ഛേ പൂച്ച..” ആരോ ഒരാൾ എഴുന്നേറ്റ് അന്നേരം പതുക്കെ പൂച്ചയെ ഓടിക്കാൻ ശ്രമിച്ചു. പൂച്ചയപ്പോൾ തന്റെ ഇരയേയുമെടുത്ത് വീണ്ടും ജനൽപ്പൊക്കത്തിലേക്ക് ചാടി അവിടെ ഇരുന്നു. താഴെയപ്പോൾ കുഞ്ഞെനെലിയുടെ രക്തപ്പാടുകൾ തെളിഞ്ഞു.

“എങ്ങനെയാണ് കുട്ടി മഷികുടിച്ചത്. അതിന് കാരണമെന്താണ്?”

“അമ്മയ്ക്ക് പനിയോ, പ്രഷറോ കൂടുതലുണ്ടെങ്കിൽ ഇങ്ങനെ സംഭവിക്കാം.”

“ഉണ്ടായിരുന്നോ?”

“എമിലിക്ക് പനികൂടിയിരുന്നു. പ്രഷർ നൂറ്റിനാല്പതായിരുന്നു.”

“അങ്ങനെയായാൽ കുട്ടി മഷികുടിക്കുമോ?”

“നിർബ്ബന്ധമില്ല. ഇവിടെയിതായിരുന്നു കാരണം.”

പൂച്ചയപ്പോൾ പോകാതിരിക്കുകയായിരുന്നു.

“കോടതിക്കുള്ളിൽ പൂച്ചവരുന്നത് അപഃശകുനമാണ് അതിനെ ഓടിക്കണം.....”

പുറകിലിരുന്ന ആൾ അടുത്തആളോട് ഒതുക്കത്തിൽ പറഞ്ഞു.

“ശരിയാ... പൂച്ചയെ അധികം സ്നേഹിക്കരുത്. സ്നേഹിച്ചാൽ അത്

പാമ്പിനെവരെ നമ്മുടെ ബഡിൽ കൊണ്ടുവരും." മറ്റേ ആളപ്പോൾ ശബ്ദം താഴ്ത്തി പറഞ്ഞു.

പക്ഷേ, രണ്ടുപേരും പൂച്ചയെ ഓടിക്കാൻ തയ്യാറാകുമെന്ന് തോന്നിയില്ല.

"എപ്പോഴാണ് നിങ്ങൾ വിവരം അറിയുന്നത്?"

"പുലർച്ചെ അഞ്ചരആയിട്ടുണ്ടാവണം. അപ്പോഴാണ് ഫോൺ വന്നത്."

"സാധാരണ എത്രമണിക്കാണ് നിങ്ങൾ എണീക്കുന്നത്?"

"സാധാരണ ഈ സമയത്ത് തന്നെയാണ്."

"ഫോണിൽ എന്താണ് കേട്ടത്?"

"വേഗത്തിൽ എത്തണം എമിലിക്ക് ബ്ളീഡിങ്ങാണെന്ന്."

"അപ്പോൾ എന്തുചെയ്തു?"

"അപ്പോൾത്തന്നെ പുറപ്പെട്ടു."

"എത്രമിനിട്ടെടുത്തു?"

"വെറും പത്ത് മിനിട്ട്."

"ചെല്ലുമ്പോൾ എന്താണ് കണ്ടത്?"

"അവർ കുട്ടിയെ പുറത്തെടുക്കുകയായിരുന്നു."

"അപ്പോൾ നിങ്ങളെന്തു ചെയ്തു?"

"ഞാനുംകൂടി ചേർന്ന് കുട്ടിയെ എടുത്തു."

"അപ്പോൾ കുട്ടിക്ക് ശ്വാസമുണ്ടായിരുന്നോ?"

"ഉവ്വ്."

"ആരൊക്കെയായിരുന്നു അപ്പോൾ ലേബർ റൂമിൽ?"

"ഡോക്ടർ ജാക്സനും, ഹെഡ് നഴ്സ് എയ്ഞ്ചൽ ജോർജും, പിന്നെ

മോളി മാത്യുവും."

"ആരാണ് ഈ മോളി മാത്യു?"

"ലേബർ റൂമിലെ സഹായിയാണ്."

"ഓഹോ! അതായത് അറ്റന്റർ... അവരായിരുന്നു കുട്ടിയെ എടുത്ത തെന്ന് പറഞ്ഞാൽ നിഷേധിക്കുമോ?"

"നിഷേധിക്കും. മറ്റുള്ളവർക്കൊപ്പം അവരുംകൂടിയുണ്ടായിരുന്നുവെ ന്നാണ് പറഞ്ഞത്"

"ഡോക്ടർ ജാക്സൻ പീഡിയാട്രീഷ്യനല്ലേ?"

"അതെ."

"അയാൾക്കെന്താണ് ലേബർ റൂമിൽ കാര്യം?"

"ആ സമയത്ത് ഡ്യൂട്ടിയിൽ ഉണ്ടായിരുന്ന ആളെ വിളിച്ചതാണ്."

"ഡോകടർ ജാക്സനന്ന് അവധിയായിരുന്നുവെന്ന് രേഖയിൽ കാണു ന്നുണ്ടല്ലോ?"

"അറിയില്ല. ഞാൻ ചെല്ലുമ്പോൾ അയാളുമുണ്ടായിരുന്നുവെന്നാണ് പറഞ്ഞത്."

ഹാളിലെ മുഴുവൻ ആളുകളും കണ്ണുരുട്ടി പൂച്ചയെ പേടിപ്പിച്ചിട്ടും പൂച്ചയപ്പോൾ ജനലരികിൽ ഇരുന്ന് എങ്ങോട്ട് തീറ്റയുമായിപ്പോകണമെന്ന് ആശയക്കുഴപ്പത്തിലായിരുന്നു. വന്ന വഴി പോകാനാകില്ല വളരെ പാടു പെട്ടാണ് വളരെ താഴ്ചയിൽ നിന്ന് ഈ ജനൽപ്പടിയിലെത്തീത്. ജനൽപ്പ ടിയിലും അല്പം ചോര വീണിരുന്നു. ജനലിനപ്പുറം വല്ലാത്ത ആഴമു ണ്ടായിരുന്നു. ഒരുചാട്ടത്തിന് പൂച്ചയ്ക്ക് എത്താൻ പറ്റുന്നതിനുമപ്പുറം.... അതവിടെ എങ്ങനെ എത്തീന്ന് എല്ലാവരും അത്ഭുതപ്പെട്ടു.

"അന്നത്തെ ദിവസം ഓർമ്മയുണ്ടോ?" കരിമ്പുലി അവരുടെ ഭാവ ങ്ങളിലേക്ക് നോക്കി.

"ഉണ്ട്.. അന്ന് ദുഃഖവെള്ളിയായിരുന്നു."

"നിങ്ങൾ ക്രിസ്ത്യാനിയാണോ?"

"അതെ."

"തലേന്ന് പള്ളിൽ പോയോ?"

"പോയിട്ടുണ്ടാവും ഓർമ്മയില്ല."

"ഓർത്തുനോക്കു."

"ഉവ്വ് പോയി."

"പിറ്റേന്നോ?"

"ഉവ്വ്.....പോയി."

പ്രതിഭാഗം കരിമ്പുലിയപ്പോൾ ചാടിയെണീറ്റു ചീറി.

"ഒബ്ജക്ഷൻ... ഇതൊക്കെ ആവശ്യമില്ലാത്ത ചോദ്യങ്ങളാണ്. കോടതി ഇതു തടയണം."

"ശരി... വേണ്ട..... അനുവദിക്കൂ... പറയട്ടേ... തുടരൂ... ഉം."

വാദിഭാഗം കരിമ്പുലി തുടർന്നു.

"അന്ന് വീട്ടിൽ ബന്ധുക്കളുണ്ടായിരുന്നോ?"

"ഉണ്ടായിരുന്നു."

"ആരാണവർ?"

"എന്റെ അനുജത്തിയും മക്കളും. സ്റ്റേറ്റ്സിലാണവർ."

പൂച്ചയപ്പോൾ കുഞ്ഞനെലിയുമായി ഹാളിലേക്ക് വീണ്ടും ചാടി ഭിത്തി യോട് ചേർന്ന് വേഗത്തിലോടി. പിന്നെയത് വരാന്തയിലെ കൂട്ടിയിട്ട തകർന്ന കട്ടൗട്ടറും ഫ്ളക്സ് ബോർഡുകളുടേയും ഇടയിലേക്ക് കയറു ന്നത് കണ്ടു. വീണ്ടുമത് വേഗത്തിൽ പുറത്ത് വന്ന് മുഖത്തെ ചോരപ്പാട് കഴുകി വൃത്തിയാക്കുന്ന പ്രവൃത്തിയിൽ ഏർപ്പെട്ടു.

"ശരി പുറത്തെടുത്ത കുട്ടിയെ അപ്പോളെന്തു ചെയ്തു?"

"ഞാനും ഡോക്ടർ ജാക്സനും ചേർന്ന് കുട്ടിയെ രക്ഷിക്കാനുള്ള ശ്രമങ്ങളാരംഭിച്ചു."

"മറ്റുള്ളവർ അപ്പോളെന്തു ചെയ്തു?"

"അവർ എമിലിക്ക് സ്റ്റിച്ചിടുകയായിരുന്നു."

"എപ്പോഴാണ് കുട്ടിയെ മെഡിക്കൽ കോളേജിലേക്ക് റഫർ ചെയ്യു ന്നത്?"

"ഏതാണ്ട് ഒമ്പതുമണിയായിക്കാണും."

"അതുവരെ നിങ്ങൾ കുട്ടിയുടെ അടുത്തുണ്ടായിരുന്നോ?"

"ഇല്ല. കുട്ടിയെ രക്ഷിക്കാൻ ആവശ്യമായതെല്ലാം ചെയ്ത് ഞാൻ വീട്ടിലേക്ക് പോന്നു."

"പിന്നെന്താണ് സംഭവിച്ചത്?"

"ഒമ്പതുമണിക്ക് തിരികെ എത്തുമ്പോൾ കുട്ടിയുടെ മോശമായ ആരോഗ്യസ്ഥിതി കണ്ട് മെഡിക്കൽ കോളേജിലേക്ക് റഫർചെയ്യുകയാ യിരുന്നു."

"എന്നാണ് എമിലിയെ അഡ്മിറ്റ് ചെയ്തത്?"

"പ്രസവത്തിന് നാല് ദിവസം മുമ്പ് രാത്രി എട്ടുമണിക്ക്."

"എന്തായിരുന്നു കാരണം."

"കടുത്ത പനിയും, പ്രഷറുമായിട്ട്."

"അവർ വന്നത് ഡേറ്റായതുകൊണ്ടായിരുന്നില്ലേ?"

"അല്ല."

"കരിമ്പുലി ഒരു കടലാസ് തപ്പിയെടുത്ത് അവരെ കാണിച്ചിട്ട് പറഞ്ഞു."

"നോക്കു ഇതിൽ ഡേറ്റ് പറഞ്ഞിരിക്കുന്നത് 6-4-2014 എന്നാണല്ലോ... അതായത് 2-4-2014 ന് നിങ്ങൾ എമിലിയെ അഡ്മിറ്റ് ചെയ്തു.."

"സ്കാനിങ് ഡേറ്റിന് കൃത്യതയില്ല. പ്രസവം അത് രണ്ടാഴ്ച പുറ കോട്ടോ മുമ്പോട്ടോ പോകാം.. ഞാൻ എമിലിയെ കിടത്തി ഉള്ള് പരിശോധിച്ചതാണ്. ഒരിഞ്ചുപോലും ഡെവലപ്പ്മെന്റ് കണ്ടില്ല."

"എന്താണ് ഈ ഇഞ്ചുകണക്ക്."

"സാധാരണ പത്ത് ഇഞ്ചാണ് ഡലിവറി കണക്ക് അത് ദിവസ ങ്ങൾകൊണ്ടാണ് ആകുന്നത്."

“ശരി അപ്പോളെന്തു തോന്നി.”

“ഡേറ്റാകാൻ ഇനിയും ഒരാഴ്ചകൂടി വേണമെന്ന്.”

പൂച്ചയപ്പോൾ തിരികെ വരുന്നത് കണ്ടു. ഇപ്പോളതിന്റെ വായിൽ ഇരയില്ല. അതിനെ എവിടെയോ ഉപക്ഷിച്ചിട്ടുണ്ടാകണം. അത് പിന്നെയും ജനൽപ്പടിയിൽ കേറിയിരുന്നു കരഞ്ഞു. മ്യാവൂ... വായിൽ ഇരയില്ലാത്തതുകൊണ്ട് ഇപ്പോളതിനെ ആരും ശ്രദ്ധിച്ചില്ല. അപ്പോൾ പുറത്ത് മഴച്ചാറ്റൽ തുടങ്ങീരുന്നു.. പൂച്ചയ്ക്കുമേലേക്ക് ചാറ്റൽമഴ തെറിച്ചിട്ടും അതനങ്ങാതിരുന്നു. പൂച്ച വീണ്ടും ആഴത്തിലേക്ക് ചാടുന്നത് കാണാൻ ആളുകൾ ആഗ്രഹിച്ചു.

“എന്തു മരുന്നാണപ്പോൾ എമിലിക്ക് കൊടുത്തത്?”

“ഓർമ്മയില്ല കേസ് ഷീറ്റിൽ നോക്കണം.”

“എമിലിക്ക് അന്നേരം വേദനയുണ്ടന്ന് പറഞ്ഞിരുന്നോ?”

“ഇല്ല.. പനിയാണെന്നാണ് പറഞ്ഞത്..നോക്കിയപ്പോൾ അത് ശരിയാണെന്ന് കണ്ടു. അതാണ് കുട്ടി മഷികുടിക്കാൻ കാരണം.”

“കുട്ടി മഷികുടിക്കുമെന്ന് നിങ്ങൾക്കറിയാമായിരുന്നിട്ടും പിന്നെന്തുകൊണ്ട് സിസേറിയൻ ചെയ്ത് കുട്ടിയെ പുറത്തെടുത്തില്ല?”

“അതിനുള്ള സാഹചര്യം അവിടെ കണ്ടില്ല. എമിലിക്കപ്പോൾ വേദന തുടങ്ങീരുന്നില്ല.”

“ഡോക്ടർ പറഞ്ഞു എമിലിക്ക് കടുത്ത പനിയും പ്രഷർ അബ്നോർമാലിറ്റിയും ഉണ്ടായിരുന്നെന്ന്, അങ്ങനെയായാൽ മഷികുടിക്കാതെ കുട്ടിയെ നേരത്തെ സിസേറിയൻ വഴി പുറത്തെടുക്കണ്ടിയിരുന്നില്ലേ?”

“വേണ്ട. അങ്ങനെ മഷികുടിക്കണമെന്ന് നിർബ്ബന്ധമില്ല. പിന്നെ സിസേറിയാൻ ചെയ്താലും കുട്ടി മഷി കുടിക്കാം.”

“എത്രവർഷത്തെ എക്സ്പിരിയൻസാണ് നിങ്ങൾക്കുള്ളത്?”

“മുപ്പത്തിയഞ്ച് വർഷത്തെ.”

“ഇത്രയും പരിചയസമ്പത്തുണ്ടായിട്ടും കുട്ടി മഷികുടിച്ച് മരിച്ചത് പിടിപ്പുകേടല്ലേ?”

“ഒരിക്കലുമല്ല. ആവുന്നവിധത്തിലെല്ലാം ഞാൻ ശ്രമിച്ചു. അത് എന്റെ ഡ്യൂട്ടിയാണ്.”

അവർ കണ്ണടയൂരി മുഖം തുടച്ചു.

പൂച്ചയപ്പോൾ താഴോട്ട് ചാടാതെ കരഞ്ഞുകൊണ്ട് ന്യായാധിപന്മാരുടെ പീഠത്തിനു പുറകിലൂടെ ഓടി. അവർ പൂച്ചയെ ശ്രദ്ധിക്കാതെ എഴുതിക്കൊണ്ടേയിരുന്നു. അപ്പുറം കോടതിഓഫീസാണ്...അതിനുള്ളിലൂടെയും പൂച്ച അനായാസം നടക്കുന്നതുകണ്ട് ആളുകൾ അത്ഭുതപ്പെട്ടു. ആരുമതിനെ ഓടിച്ചു വിടാനോ, തൊഴിച്ച് മാറ്റാനോ ശ്രമിച്ചിരുന്നില്ല. എങ്കിലും പൂച്ച ആളുകൾക്കിടയിലൂടെ ചാടിമാറി നടന്ന് അത് വീണ്ടും അവരുടെ പുറകിൽവന്ന് കുത്തിയിരുന്നു. മുഖം തുടയ്ക്കാൻ തുടങ്ങി. ഇപ്പോളതിനെ ആളുകൾ ഗൗനിച്ചില്ല. അതെവിടെയങ്കിലുമിരിക്കട്ടെ എന്ന് കരുതി.

"നോക്കൂ...."

മറ്റൊരു പേപ്പർ തപ്പിയെടുത്ത് കരിമ്പുലി വായിച്ചിട്ട് പറഞ്ഞു. "കേസ് ഷീറ്റിൽ പ്രസവത്തിനാണന്ന് രേഖപ്പെടുത്തിരിക്കുന്നല്ലോ. പക്ഷേ, ഡോക്ടർ പറയുന്നു. പനിയും പ്രഷറുമായിരുന്നെന്ന്. എതാണ് ശരി?"

"രണ്ടും ശരിയാണ്."

"നിങ്ങൾ പറഞ്ഞു പുലർച്ചെ അഞ്ചുമണിയോടെയാണ് കുട്ടിയെ പുറത്തെടുത്തതെന്ന്. തലേന്ന് രാത്രി ഒൻപതു മണിക്ക് എമിലിക്ക് ബ്ളീഡിങ് തുടങ്ങിയതയായി ഫോൺ വന്നില്ലേ?"

"ആ സമയം ഞാൻ അങ്ങോട്ട് വിളിച്ച് എമിലിയെപ്പറ്റിച്ചോദിച്ചപ്പോൾ ബ്ലീഡിങ്ങാണെന്ന് ഹെഡ് നഴ്സാണ് പറഞ്ഞത്."

"അത് ശരിയായിരുന്നില്ലേ. പിന്നെന്തുകൊണ്ട് ഡോക്ടർ അന്നേരം പോയില്ല?"

"അല്ല.. ഹെഡ്സ്റ്റ് നഴസ് പരിശോധിച്ചപ്പോൾ അങ്ങനെയല്ലന്നും ചെറിയ ഡിസ്ചാർജാണന്നുമാണ് പറഞ്ഞത്."

"പിന്നെയാരാണ് ബ്ലീഡിങ്ങാണന്ന് പറഞ്ഞത്?"

"എമിലിപറഞ്ഞൂന്ന് ഹെഡ്നഴ്സ് അറിയിക്കുകയായിരുന്നു."

ഏതോ ഇരയെ വീണ്ടും കണ്ടിട്ടാവണം പൂച്ചയപ്പോൾ ജനലിൽക്കേറിയിരുന്ന് പുറത്തെ ആഴത്തിലേക്ക് ചാടുന്നതു കണ്ടു. അപ്പോൾ പൂച്ചയ്ക്ക് എത്ര ഉയരത്തീന്നും ചാടാനുള്ള കഴിവുണ്ടന്നും, മാത്രമല്ല എത്ര ഉയരത്തീന്ന് ചാടിയാലും നാലുകാലിൽ പൂച്ച ബാലൻസ് ചെയ്യുമെന്നും ആളുകളോർത്തു. അതിനെ ഓടിച്ചില്ലങ്കിൽ മറ്റൊരു ഇരയുമായി പൂച്ച വീണ്ടും വരുമെന്നും അവർ വ്യാകുലപ്പെട്ടു. അങ്ങനെ കോടതിമുറി വീണ്ടും ചോരയായേക്കാം. പക്ഷേ, നിശ്ശബദ്തയിൽ ബന്ധിക്കപ്പെട്ട് പോയ അവർ നിവൃത്തികെട്ട് ഇരുന്നു.

കരിമ്പുലി ഫയലഴിച്ച് നോക്കി ചോദിച്ചു.

"ബ്ലീഡിങ്ങാണന്നറിയിച്ചിട്ടും നിങ്ങൾ ചെന്നില്ലന്നാണല്ലോ എമിലി പറയുന്നത്."

"ബ്ളീഡിങ്ങല്ല. ഡിസ്ചാർജാണ് അതിൽ രക്തമുണ്ടായിക്കാണാം. അതിന് കുട്ടിക്ക് കുഴപ്പം വരണമെന്നില്ല. തലേന്നും യാതൊരു വക ഡെവലപ്പ്മെന്റും എമിലിയിൽ കണ്ടില്ല."

അത്ഭുതം

പൂച്ചയപ്പോൾ ജനൽപ്പടിയിലേക്ക് വീണ്ടും തിരിച്ചെത്തിക്കഴിഞ്ഞിരുന്നു. ഇപ്പോളതിന്റെ വായിൽ ഒരു തൂക്കണാംകുരുവി ചിറകറ്റ് കിടക്കുന്നു. പെട്ടന്നത് പഴയതുപോലെ വീണ്ടും അകത്തേക്ക് ചാടി അവരുടെ പുറകിൽ ഇരുപ്പുറപ്പിച്ചു.

അതിനെ കളിപ്പിക്കാൻ എത്രനോക്കിയിട്ടും പൂച്ചയ്ക്ക് പറ്റിയില്ല. അന്നേരം അത് ചത്തതായിക്കണ്ട് അതിനേയുമെടുത്തുകൊണ്ട് പൂച്ച ന്യായാധിപന്മാർക്ക് പുറകിലെക്ക് പോയി അവിടെക്കിടന്നു. ഇപ്പോൾ ആളുകൾക്ക് അതിനെ കാണാൻ കഴിയുമായിരുന്നില്ല. എങ്കിലും ചിന്തിച്ചു പൂച്ച അതിനെ തിന്നുകയായിരിക്കും.

"ദാറ്റ്സ് ഓൾ യുവറോണർ.. ഇവിടെ പ്രതി കുറ്റക്കാരിയാണന്നും, ഡ്യൂട്ടിയിലെ പിഴവാണ് കുട്ടിമരിക്കാൻ കാരണമെന്നും അസന്ദിഗ്ദ്ധമായിതെളിഞ്ഞിരിക്കുന്നു. അതിനാൽ എന്റെ കക്ഷിക്ക് ഉപഭോക്തൃനിയമം

വഴി നഷ്ടപരിഹാരമായി പത്ത് ലക്ഷം കൊടുക്കാൻ ബഹുമാനപ്പെട്ട ഫോറം ഉത്തരവാകണമെന്ന് ദയവായി അപേക്ഷിക്കുന്നു."

കരിമ്പുലി ശ്വാസം ശക്തിയിൽ തള്ളി ബഞ്ചിലേക്കിരുന്ന് വിയർപ്പു തുടച്ചു. അപ്പോളയാളുടെ കാലിൽ ആരോ തൊട്ടതായി തോന്നി. നോക്കുമ്പോൾ പൂച്ചയാണ്. അയാളതിനെ തൊഴിച്ചുവിട്ടു. ''പോ..പൂച്ചേ.!"

പ്രതിഭാഗം വക്കീലപ്പോൾ എഴുന്നേറ്റ് ശക്തമായി അപലപിച്ചു.

"ഒബ്ജക്ഷൻ യുവറോണർ. എന്റെ കക്ഷിയുടെ അന്തസ്സും, മാന്യതയും നോക്കാതെ ഇതുവരെ ആക്ഷേപകരമായി ചേദിച്ചതൊക്കെ തള്ളണം.. മാത്രമല്ല എനിക്ക് ചിലകാര്യങ്ങൾക്കൂടി ചോദിച്ച് എൻെറ കക്ഷിയുടെ നിസ്സഹായത കോടതിക്ക് ബോദ്ധ്യമാകണമെന്ന് അപേക്ഷിക്കുന്നു."

"പ്രൊസീഡ്.."

"തലേന്ന് രാത്രി ഡോക്ടർ എന്തിനാണ് ഹോസ്പിറ്റലിലേക്ക് വിളിച്ച്ത്?"

"എമിലിയുടെ സ്ഥിതി അറിയാൻ."

ങേ! പൂച്ച ഇരയെ തിന്നിരുന്നില്ല. ഇക്കുറി പക്ഷിക്കുഞ്ഞിനേയുമെടുത്ത് വീണ്ടും പൂച്ച അവരുടെ പുറകിലിട്ട് വീട്ടും കളിപ്പിക്കാൻ നോക്കുകയാണ്. അതിന് ജീവനുണ്ടോന്ന് വീണ്ടും വീണ്ടും തട്ടി തട്ടി നോക്കുകയാണ്.

ഈ പൂച്ചയിവിടെ ആദ്യമാണ്. ആദ്യം എലിക്കുഞ്ഞ് പിന്നെ പക്ഷിക്കുഞ്ഞ്. ആരോ പറയുന്നത് കേട്ടു അയാൾ സ്ഥിരം വരവുള്ള വക്കീലായിരിക്കണം.

ഈ പൂച്ച ഇത്ര ഉയരത്തിലേക്ക് കഷ്ടപ്പെട്ട് ഇങ്ങനെ കേറിവന്നിട്ട് എന്തിനാണിങ്ങനെ ചെയ്യുന്നത്. അത് കോടതിമുറിമുഴുവൻ ചോരയാക്കിയിട്ടും മതിവരാതെ ഓരോന്നുചെയ്യുകയാണ്.. ഇതിനെ ആരെങ്കിലുമൊന്ന് ഓടിച്ചുവിട്ടാലെന്താണ്. പൂച്ച ഇത്തവണ അനങ്ങാതിരുന്ന് ഓരോരുത്തരേയും മാറിമാറിനോക്കാൻ തുടങ്ങി. അപ്പോൾ ആളുകൾ അതിനെ ഇഷ്ടപ്പെടാത്തരീതിയിൽ എന്തൊക്കയോ പറഞ്ഞുകൊണ്ട് ഓടിച്ചുവിടാൻ നോക്കി. അതിന് കഴിയാത്തതിന്റെ നിസ്സാഹായത എല്ലാവരിലുംകണ്ടു. കാരണം കോടതിയിൽ മാന്യതയും, നിശ്ശബ്ദതയും പ്രധാനമാണ്.

"എന്നിട്ട് എന്താണറിഞ്ഞത്?"

"എമിലിക്ക് ഡിസ്ചാർജ് കണ്ടൂന്ന്."

"അന്നേരം ഡോക്ടർ എന്തു പറഞ്ഞു?"

"ശ്രദ്ധിക്കണമെന്ന്. ആവശ്യമുണ്ടെങ്കിൽ രാത്രി എന്നെ വിളിക്കണമെന്നും പറഞ്ഞേപ്പിച്ചു."

"പിന്നെ എപ്പോഴാണ് വിവരം അറിയുന്നത്?"

"പുലർച്ചെ അഞ്ചരയ്ക്ക്."

"ആരാണ് വിളിച്ചത്?"

"ഹെഡ് നഴ്സ്."

"എന്താണ് അറിയിച്ചത്?"

"വേഗം ചെല്ലണമെന്നും എമിലി അറ്റ് റിസ്ക്കിലാണന്നും.."

"ഡോക്ടർ എന്തു ചെയ്തു?"

"അപ്പത്തന്നെ പുറപ്പെട്ടു."

"ചെല്ലുമ്പോൾ എന്തുകണ്ടു?"

"ഡോക്ടർ ജാക്സനും, ഹെഡ്നഴ്സും ചേർന്ന് കുട്ടിയെ എടുക്കുന്നത്."

"ഡോക്ടർ എന്തു ചെയ്തു?"

"ഞാനുങ്കൂടി ചേർന്ന് കുട്ടിയെ എടുത്തു."

"എപ്പോഴാണ് കുട്ടി മഷികുടിച്ചതായി കണ്ടത്?"

"മഷികുടിച്ച കുട്ടിയെ ആണ് ഞങ്ങൾ പുറത്തെടുത്തത്."

"കുട്ടിയെ രക്ഷിക്കാൻ എന്തൊക്കെ ചെയ്തു?"

"ആവുന്നതെല്ലാ ചെയ്തു ഞാനും ഡോക്ടർ ജാക്സനും ചേർന്ന്."

"ദാറ്റ്സ് ഓൾ... ഇവിടെ എന്റെ കക്ഷി ഡ്യൂട്ടികൃത്യമായി നിർവ്വഹിച്ചിട്ടും കുട്ടിയെ രക്ഷിക്കാൻ കഴിയാത്തതിൽ ഏറെ ദുഃഖിതയാണ്. ആയതിനാൽ ഇവിടെ എന്റെ കക്ഷി നിരപരാധിയാണന്ന് തെളിഞ്ഞതിനാൻ എന്റെ കക്ഷിക്കുണ്ടായ കഷ്ടനഷ്ടത്തിന് മറുകക്ഷിയിൽനിന്ന് നഷ്ടപരിഹാരം വാങ്ങി നല്കണമെന്നും ബഹുമാനപ്പെട്ട ഫോറം മുമ്പാകെ വിനീതമായി അപേക്ഷിക്കുന്നു."

"യെസ്... യെസ്...." വാദിഭാഗം കരിമ്പുലി ചാടി എഴുന്നേറ്റു.

"ഇപ്പോൾ കോടതിക്ക് കാര്യങ്ങൾ തികച്ചും വ്യക്തമായെന്ന് വിശ്വസിക്കുന്നു. അതായത് ഡ്യൂട്ടിയിലില്ലാതിരുന്ന പീഡിയാട്രീഷ്യനായ ഡോക്ടർ ജാക്സനെങ്ങനെ പാതിരാത്രി സമയത്ത് ഹോസ്പിറ്റലിൽ എത്തി. അതിനർത്ഥം രാത്രിമുഴുവൻ എമിലി ക്രൈസിസിലായിരുന്നുവെന്നല്ലേ..... ആരും നോക്കാനില്ലാതെ!"

പൂച്ചയപ്പോൾ ചത്ത പക്ഷിക്കുഞ്ഞിനെയുമെടുത്ത് ജനലിലൂടെ പുറത്തേ ആഴത്തിലേക്ക് അതിവേഗം ചാടുന്നതാണ് കണ്ടത്. പക്ഷേ, ആളുകൾക്ക് അറിയാമായിരുന്നു എന്നാലുമത് നാലുകാലിൽ വളരെ കൃത്യമായി ബാലൻസ് ചെയ്യുമെന്ന്.

ആളുകളപ്പോൾ ചിന്തിക്കയായിരുന്നു ദൈവമേ.... ഇനിയെപ്പോഴാണോ ആവോ അത് വീണ്ടും വരിക.

*- നാവൊരു ത്രാസ്സാണ് അതിൽവച്ച്തന്നെ
നിന്നെ തൂക്കി നോക്കാം*

പാവപ്പെട്ടവരുടെ പ്രതിമ

ഞങ്ങളുടെ നാട്ടിൽ ഈ അടുത്ത കാലത്തായി ഒരു പ്രത്യേക തരം പ്രതിമ രൂപപ്പെട്ടുവരികയുണ്ടായി. ഞങ്ങളതിനെ അച്ചുതൻകുട്ടീടെ പ്രതിമ എന്നാണ് വിളിച്ചു തുടങ്ങിയത്. ഇപ്പോൾ അതിനെക്കുറിച്ചാണ് നാട്ടിലെ ചർച്ചകൾ മുഴുവൻ. ഇത്രയും വ്യത്യസ്തമായ ഒരു പ്രതിമയെ നാട്ടുകാരായ ഞങ്ങളാരുംതന്നെ മുമ്പ് കണ്ടിരുന്നില്ല. കവലയിൽ ഞങ്ങളുടെ ബസ് കാത്തിരിപ്പ് കേന്ദ്രത്തിനുള്ളിലാണ് ഈ പ്രതിമയെ പെട്ടെന്നൊരു ദിവസം കണ്ടു തുടങ്ങിയത്. പ്രതിമയെ നോക്കിവഴിയാത്രക്കാരായ കുറച്ചാളുകൾ മാത്രം, കഷ്ടം, പാവം, എന്നൊക്കെ വല്ലാതെ നിലവിളിക്കുകയും, പിന്നീട് ജീവിത ത്വരയിൽ അതെല്ലാം മറന്ന് മുഖം തിരിക്കുകയും ചെയ്തുകൊണ്ടിരുന്നു. ഉള്ളിലിരുന്ന ചിലർമാത്രം വെറുപ്പോടെ ഈ പ്രതിമയെ കണ്ടതായിപോലും ഭാവിച്ചിരുന്നില്ല.

നോക്കൂ... ഇതൊരു സാധാരണ പ്രതിമയുടെ ഗോചരമായ സൃഷ്ടിപരതയെങ്കിലും, ചോരവടിവുകളുടെ കോശസമൃദ്ധിയാൽ, ഇമകളുടെ ചലനവേഗങ്ങൾ നിയന്ത്രിക്കപ്പെട്ട, ഈപ്രതിമ വർത്തമാനകാല മനുഷ്യാവസ്ഥയുടെ പ്രതിരൂപമെന്നാണ് പറയേണ്ടത്. തുടക്കത്തിൽ അയാൾ ബസ്കാത്തിരിപ്പ് കേന്ദ്രത്തിനുള്ളിൽ തല ഉയർത്തി, നെഞ്ച്വിരിച്ച്,.. എങ്കിലും പ്രതിമാസ്വരൂപം സ്വീകരിച്ചിരുന്നില്ല. എന്നാൽ ഇപ്പോൾ സിമന്റു ബഞ്ചിലേക്ക് കാലുകൾ പിണച്ച്കേറ്റി വലിയ ഒരു മാറാപ്പുകൊണ്ട് തന്റെ ദേഹത്തെ പൊതിഞ്ഞിരിക്കുന്നു. ഷേവ്ചെയ്യാത്തമുഖം. മുമ്പ് ക്ലീൻഷേവായിരുന്നു ഈ മനുഷ്യൻ. ഇപ്പോളിതെന്തൊരു മറിമായമെന്ന് മനസ്സുരച്ച് ചിലനിഷ്കളങ്ക ഹൃദയർ റോഡിന്റ ഇരു വശങ്ങളിലേക്കും മാറിമാറി ദൃഷ്ടിയിട്ട് ചിരിക്കയും, ചിന്തിക്കയുംചെയ്യുന്നു... കാരണമുണ്ട്. ബസ് കാത്തിരിപ്പ് കേന്ദ്രത്തിന് മറുഭാഗം ഗുരുമന്ദിരമാണ് അവിടെ ചില്ലുകൂട്ടിലെ

ഗുരുദേവപ്രതിമയുടെ രൂപ സാദൃശ്യവിചിന്തനങ്ങളാണ് നിഷ്കളങ്കരെ ഈവിധം അമ്പരപ്പിച്ചിട്ടുണ്ടാവുക.. ഈ രണ്ടു പ്രതിമകളേയും കീറിപ്പ കുത്തുകൊണ്ട് ഒരുമുട്ടൻ പാമ്പ് തന്റെ തോൽ ഉരിച്ചിട്ടതുപോലെയാണ് ടാർ റോഡ് നേർ രേഖയിൽ കിടക്കുന്നത്. എന്നാൽ ചിലർ അച്ചുതൻകുട്ടീനെ, മറ്റൊരുത്തന്റെ ഇരിപ്പിടം അപഹരിച്ച ദ്രോഹിയെന്നു പുലമ്പിക്കൊണ്ടേയിരുന്നു. അതൊന്നും കാര്യമായി ഗൗനിക്കാതെ കർമ്മനിഷ്ഠാനുയോഗിയെപ്പോലെ അച്ചുതൻകുട്ടി മറു ദിശയിലേക്ക് മാത്രം ദൃഷ്ടി കൂർപ്പിച്ചിരുപ്പാണ്.

അച്ചുതൻ കുട്ടി മതേതരവാദിയായിരുന്നു.

കുറച്ചുകാലങ്ങൾക്കുമുമ്പ്. എന്നുവച്ചാൽ വളരെ കുറച്ചേ കരുതേണ്ടതുള്ളൂ. പ്രതിലോമകരമായ ഈയ്യവസ്ഥയുടെ ചുവടുമാറ്റത്തിനുമുമ്പ് ഞങ്ങളുടെ പ്രദേശത്തൊക്കെ ചുറ്റിപ്പാറിനടന്ന്, എന്തിനും ഏതിനുംപൊട്ടിത്തെറിച്ച മറുപടിയും കാച്ചി മതേതരവാദിയായ കമ്യൂണിസ്റ്റ്കാരനായി.., പുറത്തു തന്റെ മാറാപ്പുംകേറ്റി (ഇതിനുള്ളിൽ വിലപ്പെട്ടതെന്തെങ്കിലും കാണുമെന്ന് നിരീക്ഷകർ അടക്കം പറഞ്ഞിരുന്നു). വാക്വാദത്തിൽ ഏർപ്പെടുകയും, ചില പരിചയക്കാരെക്കാണുമ്പോൾ കുടുംബകാര്യങ്ങളെക്കുറിച്ചെല്ലാം കുശലാന്വേഷണംനടത്തി, അവസാനം കൈനീട്ടി കട്ടൻ ചായയ്ക്ക് മാത്രം പണമിരക്കുകയും ചെയ്യുന്ന അച്ചുതൻകുട്ടി ബൗദ്ധികതയുടെ പ്രതീകമെന്നാണ് ചിലർവിളിച്ചുപോന്നത്. ദാരിദ്രാവസ്ഥയുടെ എല്ലാ ഭാവങ്ങളിലും കൃത്യമായിപല്ലുതേക്കയും കുളിക്കയും, താടിവടിക്കയും. ചെയ്തിരുന്ന തികച്ചും വ്യത്യസ്തനായ ന്യായവാദി. പക്ഷേ, ചുഴലിക്കാറ്റുപോലെ നാവിനെ പറപ്പിക്കുന്ന, എന്തിനുമേതിനും ദീർഘവീക്ഷണവ്യഗ്രതയുള്ള അയാളുടെ നാവമ്പുകൾകൊണ്ട് മുറിവേറ്റവർ കാര്യവിചാരമില്ലാതെ എതിർക്കുന്ന അയാളുടെ ചിന്തകൾ തുലയട്ടെന്നും, പിശാചിന്റെ പ്രതിരൂപമെന്നും പറഞ്ഞ് നേർപ്പയറ്റുകളിൽ അലമുറയിട്ടുകൊണ്ടിരുന്നു.

സുഖജീവിതത്തിന് ഇതിലും സുരക്ഷിതമായ ഇടുങ്ങിയ ഇടങ്ങളും, കച്ചവടത്തിണ്ണകളുമുള്ളപ്പോൾ, ഈ വയസ്സാൻകാലത്ത് കാലുകളെന്തിനു കഴപ്പിക്കുന്നുവെന്ന് പലരും ചോദിക്കുമ്പോൾ

വൈരുദ്ധ്യാധിഷ്ഠിതമായ മറുപടിയിൽ അയാൾ തിളയ്ക്കും.

“നഗരവീഥികളിലെ എച്ചിലു മണമെനിക്ക് അലർജിയുണ്ടാക്കും, ഓടമണങ്ങളും വേശ്യകളേയും എനിക്ക് ഭയമാ. ഇവിടാകുമ്പം വിശപ്പിലും സംവാദിക്കാനൊരാനാളുണ്ടല്ലോ.. മരിച്ചവരോട് സംവാദിച്ചാൽ പുണ്യം കിട്ടും. ജീവിച്ചിരിക്കുന്നവരോടായാൽ പുളിച്ചതെറിയും.”

എത്ര തോറ്റാലും വിജയമുറപ്പിച്ച ഒരു ചൂതുകളിക്കാരന്റെ മുഖഭാവമായിരുന്നു അച്ചുതൻകുട്ടിക്ക് എന്നും. സംവാദങ്ങളിൽ പുളച്ചുകേറുമ്പോഴൊക്കെ ഫൗൾചൂണ്ടിക്കാണിച്ച് പുറത്താക്കുന്നത് തീക്കളിയെന്നും എതിരാളികളോട് അയാൾ ഒച്ചയിട്ടു. സത്യത്തിൽ ഇവിടാർക്കും മിണ്ടാൻ അവകാശമില്ലന്നും, മിണ്ടുന്നവന്റെ പുറംപൂച്ച് പൊളിക്കാൻ തയ്യാറാണന്നും

മറ്റുള്ളവരോട് വെല്ലുവിളിക്കുന്ന അച്ചുതൻകുട്ടീനെ എതിരാളികൾ ഭയന്നു (ഒരോമനുഷ്യനും രഹസ്യങ്ങളുടെ ഭണ്ഡാരമാണന്ന് അയാൾക്കറിയാമെന്ന്). അറിഞ്ഞവർ അറംപറ്റിയപോലെ പിന്തിരിയുകയും അടുത്തവർ ഭയക്കുകയും ചെയ്തപ്പോഴാണ് ഈ ജീവിതം തികച്ചും നിരാശാഭരിതം, അശുഭം എന്നൊക്കെ പിറുപിറുത്തുകൊണ്ട് അച്ചുതൻകുട്ടി പ്രതിമയിലേക്കുള്ള പരിണാമഗുപ്തിയുടെ സുഷുപ്തിയിലാണ്ടുപോയത്. അച്ചു

തൻകുട്ടി ഇപ്പോൾ വർത്തമാനകാല മതനിരപേക്ഷതയുടെപ്രതീകമായ മഞ്ഞപുതച്ച മനുഷ്യനെ നിരവധിത്തവണകളായി സംവാദങ്ങൾക്ക് ക്ഷണിച്ചുകൊണ്ടിരിക്കയാണ്. പക്ഷേ, ഏറെനേരം കാത്തിരുന്നിട്ടുംചില്ലു കൂട്ടിലെ മനുഷ്യൻ ഒഴിഞ്ഞുമാറുകയാണ് ചെയ്തത്. എല്ലായിടത്തും നിർജ്ജീവിതമാണ്. പ്രതിമകളുടെ എണ്ണം നിരത്തിലെങ്ങും ദിനംപ്രതി വർദ്ധിക്കുകയാണ്. അച്ചുതൻകുട്ടിക്ക് കോപം ജ്വലിച്ചു.

“അങ്ങെന്താണ് മിണ്ടാതിരിക്കുന്നത് വായിൽ നാക്കില്ലേ ,സംസാരിക്കൂ.. ഈ പുറംകുപ്പായമൂരി ആദ്യം വലിച്ചെറിയുന്നത് ആരെന്ന് നോക്കാം.”

വെല്ലുവിളിയുടെ ഊറ്റം ഏറ്റെടുത്തുകൊണ്ട് ചില്ലുകൂട്ടിലെ മനുഷ്യൻ വളരെ ബുദ്ധിമുട്ടിയാണ് ഇത്രയും പറഞ്ഞൊപ്പിച്ചത്.

“മനുഷ്യന് ജാതി ഒന്നുമതി.”

അന്നേരം നിയന്ത്രിക്കാനാവാത്ത ഒരു വികാരത്തള്ളിച്ച അച്ചുതൻകുട്ടിയിൽ തിരമാലകൾപോലെ പൊന്തുകയും, തികച്ചും വ്യത്യസ്തമായ ഒരു മറുപടി ഉതിർക്കയുമായിരുന്നു.

“ഒന്നെന്തിന് നൂറെണ്ണമാകട്ടേ......”

സ്വന്തംജാതിയോടും മതങ്ങളോടുമല്ലാതെ ആരും ആരെയും പരിഗണിക്കാത്ത വ്യവസ്ഥിതികളുടെ വിപ്ലവം

അച്ചുതൻകുട്ടി നീട്ടിത്തുപ്പി.

“ഒരു സുരക്ഷിതത്വം എല്ലാവരും ആഗ്രഹിക്കുന്നു. എല്ലാജാതിയിലേയും യുദ്ധക്കൊതിയന്മാർ തുലയട്ടെ..” അച്ചുതൻകുട്ടി പറഞ്ഞു. അതുകേട്ട് ചില്ലുകൂട്ടിലെ മനുഷ്യൻ തനിക്കിനി ഒന്നും മിണ്ടാനില്ലന്ന് ധ്വനിപ്പിച്ച് വീണ്ടും മൗനത്തിന്റ വാല്മീകത്തിലേക്കുകേറി. അന്നേരം അച്ചുതൻകുട്ടി വല്ലാതെ ദുഃഖിതനായി പറഞ്ഞു “ക്ഷമിക്കൂ... സഖാവേ,..ദേ കണ്ടില്ലേ ഇരിപ്പും ഈപുതപ്പും ഞാനും നിന്നേപ്പോലെ മൗനിയാവുകയാണ്. അറിഞ്ഞില്ലേ ജീവിച്ചിരിക്കുന്നവരും പ്രതിമകളുണ്ടാക്കാനിപ്പോൾ മത്സരിക്കുകയാണ്.”

പലപ്പോഴും ബസ് ഷെൽട്ടറിനു മുകളിൽ വന്നിരിക്കുമായിരുന്ന ഉപ്പൻ പക്ഷിയുടെ ഊക്ക് രാഗത്തിൽ അച്ചുതൻകുട്ടീടെ പ്രലപനങ്ങൾ മുങ്ങിപോകുമായിരുന്നു. പുതിയകാലത്തെ ഓട്ടങ്ങളെല്ലാം തളർന്നുവീഴാനുള്ളതാണന്ന് അറിയാഞ്ഞിട്ടല്ല. പലപ്പോഴും വിജയികളില്ലാത്ത മത്സരത്തിൽ സംഘാടകർതന്നെ സമ്മാനങ്ങൾ പകുത്തെടുക്കുന്ന കാഴ്ചകളാണ് നിരത്തിലെങ്ങും. അത് ഓട്ടക്കാരെ ഇപ്പോളില്ലാതാക്കുകയും, തുടർന്ന് സംഘാടകർ തന്നെ ഓടി റിക്കോർഡുകൾ ഭേദിക്കയും, സമ്മാനപ്പൊതികൾ പരസ്പരം വീതിച്ചെടുക്കയും ചെയ്യുന്നകാഴ്ച പതിവെന്ന് അച്ചുതൻകുട്ടീനോട് ചോദിച്ചാൽ പറയും. ആദ്യമൊക്കെ അയാളേയും ഓട്ടത്തിൽ പങ്കാളിയാക്കാൻ നേതാക്കൾ ശ്രമിച്ചിരുന്നു. എന്നാൽ, വിശക്കുന്നവർക്കൊപ്പം ഓടാനാണ് അച്ചുതൻകുട്ടി ശ്രമിച്ചത്. വിശപ്പുമാറിയോരെല്ലാം വിശക്കുന്നവരുടെ പ്ലക്കാർഡുയർത്തി നിരത്തിൽ നുണമെനയുന്നു എന്ന് അസ

ഹ്യപ്പെട്ടാണ് അയാൾ പിന്തിരിഞ്ഞുപോയത്.

ഇപ്പോൾ തനിച്ചുള്ള ഓട്ടമത്സരത്തിലാണ് എല്ലാവരും. കൈയടിക്കാനോ, വീഴുമ്പോൾ കൈപിടിച്ചുയർത്താനോ ആളുകളില്ലാത്ത ഒറ്റയാൻ ഓട്ടങ്ങൾ..... പിന്നോട്ടുതിരിഞ്ഞുള്ള ദൂരമളക്കാനാവാതെ എല്ലാവരുമപ്പോൾ ഓടുകയായിരുന്നു, അന്നേരം അച്ചുതൻകുട്ടീടെപ്രതിമ വെളിച്ചത്തെ ധ്യാനിച്ച് പഴന്തുണിക്കെട്ടുപോലെ ദേ.. പുറകിൽക്കിടക്കുന്നു. എല്ലാവ്യത്തികേടുകളേയും ചുമക്കുന്ന കറുപ്പാണ് ഇരുട്ട്, ഒരിക്കലെങ്കിലും അത് മനുഷ്യന്റ പുറംപൂച്ച് പൊളിക്കാൻ നേരംതെറ്റിവരുമെന്നും അച്ചുതൻകുട്ടി വിശ്വസിക്കുന്നു. അയാൾ വാതോരാതെ സംസാരിക്കുക തന്നെയാണ് അപ്പുറത്തെ പ്രതിമയോട്.

ഇവിടെ മതത്തെ മനുഷ്യർ തിന്നുകയാണ്. ഇടവഴിയിലെ കബന്ധങ്ങളുടെ ദുർഗ്ഗന്ധത്തിൽ മനുഷ്യർ മൂക്കുപൊത്തുന്നു....

മൗനം... ആരും മിണ്ടുന്നില്ല.

കുക്കുടം കുപ്പയിൽ മാന്തിയമാതിരി അച്ചുതൻകുട്ടീടെ ജരാനരകളിൽ കാലത്തിന്റ നിറഭേദങ്ങൾ ചാലുകീറിക്കിടക്കുന്നു. കാലത്തെ ഓർമ്മപ്പെടുത്തുന്ന പേരാലിൻവേരുപോലെ അത് ഭൂമിയിലേക്ക് നീണ്ട് ദാഹനീരൂറ്റാനുള്ള ശ്രമം.

മൗനം കുഴിമണ്ണുപോലെ മനസ്സിൽ തേഞ്ഞപ്പോൾ അത് മനസ്സിലാക്കി വെളിച്ചത്തുണ്ടുകൾ ചില്ലുകൂട്ടിലെ മനുഷ്യനോട് മൗനം ഭേദിക്കാൻ കേണുകൊണ്ടിരുന്നു.

"മതമേതായാലും മനുഷ്യർ നന്നായാൽ മതീന്ന് പറയൂ."

"എനിക്കിവിടെ വായു നിഷിദ്ധമാണ്...ചുണ്ടുകളുടെ ചലനമേ ജാതികൾക്ക് ദർശിക്കാൻ കഴിയൂ." .

അങ്ങനെ നിരത്തിലെ പ്രതിമകളുടെയെല്ലാം വാക്കുകളെ അലങ്കാരമാക്കി മനുഷ്യർ വിശപ്പടക്കിയപ്പോഴായിരുന്നു. പുതിയകവികളിവിടെ ഉദയം ചെയ്യുകയും പ്രതിഷേധാത്മക കവിതകൾ എഴുതപ്പെടുകയും, അവരത് പ്രസിദ്ധീകരണങ്ങൾക്ക് അയച്ചുകൊടുക്കയും ചെയ്തത്. അതിലൊരുകവിത ഇങ്ങനെയായിരുന്നു.

കുഞ്ഞ് ഗർഭപാത്രത്തിൽ വളരുന്നു
ഹൃദയം കുഞ്ഞിലും.
ഋതുഭേദങ്ങളിൽ രണ്ടിന്റേയും
ആകത്തുക നിന്റേയും, എന്റേയും...

ഈ ഗദ്യകവിതയുടെ ആന്തരികവും ബാഹ്യവുമായ അർത്ഥതലങ്ങൾ മനസ്സിലാക്കിയത് വഴിവക്കിൽ തെളിഞ്ഞുനിന്ന തെരുവുവിളക്കുകൾ മാത്രമായിരുന്നു. പെട്ടെന്ന് പ്രഖ്യാപിച്ച ഒരു ഹർത്താലിൽ പുതുതലമുറ അതും എറിഞ്ഞുടച്ചു. ഇതൊരു ഭാഷയാണ് ഇത്തരം ഭാഷകളെ സ്ട്രോയിട്ട് ഊറ്റിവലിക്കാൻ നേതാക്കൾക്ക് കഴിഞ്ഞിരുന്നു. അതുകണ്ട് പ്രതിമകൾ പുച്ഛിക്കുകയാണ്. നഗരവീഥിയിൽ എല്ലാദിവസവും വാക്കുകളെ ബലാൽക്കാരം ചെയ്യുന്നവരുടെ വാദഗതികൾ ഗർജ്ജിക്കുന്ന ശബ്ദ

പ്പെട്ടികളിലൂടെ പുറത്തുവരുന്നുണ്ട്. ഓട്ടങ്ങൾക്കിടയിൽ ചിരിക്കയും.... ഉഗ്രൻ ഉഗ്രൻ.. എന്നലറി കൈയടിക്കയും ചെയ്യുന്നവർ കൂലിക്കുകൂട്ടിയ വർ മാത്രമായിരുന്നുവെന്ന് മരണനേരത്താണ് പോലും അവർ അറിഞ്ഞത്. ഓരോ ജാതിയുടെയും, കൊടിനിറത്തിന്റേയും ഉത്തരവാദിത്വങ്ങൾ ഏറ്റെ ടുക്കുന്ന ഗാംഭീര്യങ്ങളുടെ ഊറ്റത്തിൽ കബന്ധങ്ങൾ ചിതറുമെന്നുകരുതി അവശേഷിച്ച തെരുവുവിളക്കുകൾ കെട്ടുകളഞ്ഞിരുന്നു. അന്നേരം വെളി ച്ചത്തെ പ്രണയിച്ച ഈയ്യാമ്പാറ്റകൾ കാഴ്ചയില്ലാതെ നിലത്തുവീണു പിടച്ചു. പടിഞ്ഞാറെ ചെരിവുകേറിവന്ന വലിയ തലേക്കല്ലൻ എറുമ്പുകൾ അവയെ കൊത്തിവലിച്ചുകൊണ്ടുപോകുന്ന കാഴ്ച വഴിയോരങ്ങളിൽ യുദ്ധത്തിൽമരിച്ചവരെ ചുമക്കുന്ന പട്ടാളക്കാരെ ഓർമ്മപ്പെടുത്തി.

അച്ചുതൻ കുട്ടി അദ്വൈതവാദിയായിരുന്നു.

നോക്കൂ..കുന്നുകൾ നിരപ്പാകുന്നത്

നോക്കൂ...പുഴകൾ വറ്റുന്നത്

നോക്കൂ..വയലുകൾ നികന്ന് വീടുകളും കെട്ടിടങ്ങളും പെരുകുന്നത്.

ചർച്ചകളിൽ പുതു പുത്തൻ വാദഗതികൾ പൊന്തി. പഴയതെല്ലാം പിച്ചിച്ചീന്തി. എല്ലാക്കാലത്തും നമ്മുടെ വിജയം അനിവാര്യമാക്കണമെ ങ്കിൽ കാലത്തിനൊത്ത ചില തെറ്റുതിരുത്തലുകൾ വരുത്തണമെന്ന് രഹ സ്യയോഗങ്ങൾ വിലയിരുത്തി. .വിശപ്പിന്റെ ചുറ്റുപാടിൽ ജനിച്ച അച്ചു തൻകുട്ടി ചിന്തിച്ചതും പ്രവർത്തിച്ചതും വിശക്കുന്നവർക്കുവേണ്ടിയായി രുന്നു. അന്നേരമാണ് പുത്തനൊരു നിലനില്പിന്റെ പ്രത്യയശാസ്ത്രം കേട്ടത്. അച്ചുതൻകുട്ടി പകച്ചുപോയി... എന്തുകൊണ്ടിത് നേരത്തെപറ ഞ്ഞില്ലാന്നും തട്ടിക്കേറി. “ആ മഹാന്റെ പുസ്തകം ഇപ്പോഴാണ് കിട്ടു ന്നത്.” ചർച്ചയിൽ നേതാവ് പറഞ്ഞു. അതുകേട്ട അച്ചുതൻകുട്ടി പുറ കോട്ടുമലച്ച് വേതാളം കണക്കെ മരക്കൊമ്പിലേക്കുകയറി തലകീഴായി ക്കിടന്നുകൊണ്ട് കിടക്കുന്ന കൊമ്പ് മുറിക്കാൻ തുടങ്ങി. അതുകണ്ട് ചിലർ വിളിച്ചുകൂവി.

“അച്ചുതൻകുട്ടി കിടക്കുന്നകൊമ്പു മുറിക്കരുത്” “താഴെയിറങ്ങ് കൊമ്പു മുറിഞ്ഞാൽ നീ മരിച്ചുവീഴും.” നേതാക്കളുടെ രക്തസാക്ഷിത്വം ക്കൊണ്ട് മാത്രം പാർട്ടിവളരില്ല നമ്മുടെ സമ്മേളനങ്ങളിലെ പ്രധാന അജണ്ട മറക്കരുത്. ഇനികുറച്ചുകാലം മുമ്പ്.... എന്നുപറഞ്ഞാൽ മുമ്പ് പറഞ്ഞതിലും മുമ്പ്....അച്ചുതൻകുട്ടി ഞങ്ങളുടെ നാട്ടിലെ ഒരു കർഷക ത്തൊഴിലാളി നേതാവായിരുന്നു. വിശക്കുന്നവർക്കുവേണ്ടി വിശക്കാതെ പെറ്റിബൂർഷകളെ തെരുവിൽ നേരിട്ടവൻ. അപ്പന്റെ വീതമായി കണ്ണിച്ചോര മാത്രം കിട്ടിയ മകൻ. കീറിയ വസ്ത്രങ്ങൾ തുന്നിക്കൂട്ടാൻ മാത്രം ഗതി യുള്ളോൻ.. മകനെ താടിവെപ്പിക്കാനുള്ള ശ്രമത്തിൽ മാത്രമാണ് ഒരപ്പൻ പരാജയപ്പെട്ടത്. താടിയുള്ളതുകൊണ്ട് ബുദ്ധിജീവിയാകില്ലന്ന് അച്ചു തൻകുട്ടി അന്ന് ആണയിട്ടിരുന്നു. എന്നാൽ. ഭിത്തിയിൽ താടിവടിക്കാ ത്തവരുടെ ചരിത്ര ചിത്രങ്ങൾകണ്ട് അപ്പൻ സമാധാനിച്ചു. അച്ചുതൻ കുട്ടീടെ മുറിയിൽ ധാരാളം പുസ്തകങ്ങളുമുണ്ടായിരുന്നു. വീട്ടിൽ സന്ദർശ

കരും, നിവേദനങ്ങളും, പരാതികളും കുന്നുകൂടി.. പാവങ്ങളെ കുറിച്ചോർത്ത് അച്ചുതൻകുട്ടി വേദനപ്പെട്ടു. ദരിദ്രന്റെ കണ്ണീരൊപ്പൽ ജീവിതചര്യയാക്കിയ അച്ചുതൻകുട്ടി അവരെക്കുറിച്ച്, ചിലകവിതകൾപോലും എഴുതിയിരുന്നു. അവയിൽ ചിലത് പ്രസിദ്ധീകരിക്കയും ചെയ്തിട്ടുണ്ട്. അച്ചുതൻകുട്ടി വടക്കേൽ എന്നപേരിൽ.... എന്നാൽ ചിലർ അതിപ്പോൾ ഏറ്റെടുത്തത് അച്ചുതൻകുട്ടീനെ അത്ഭുതപ്പെടുത്തിയിരുന്നു. എല്ലായ്പ്പോഴും വിജയം അച്ചുതൻകുട്ടിയോടൊപ്പം നിന്നപ്പോൾ പുച്ഛിച്ചവരെല്ലാം അമ്പരക്കുകയായിരുന്നു. ഇനി അച്ചുതൻകുട്ടി സ്വത്തു കാക്കാൻ യോഗ്യൻ എന്നു പറഞ്ഞ് ചിലർ മുന്നോട്ട് വരികയും ഇടവകപ്പള്ളി കത്തനാരെക്കണ്ട് കാര്യം ഉണർത്തിക്കയും ചെയ്തിരുന്നു.

പട്ടക്കാരൻ അച്ചുതൻകുട്ടിയോട് സ്വത്തുകാക്കാൻ അവകാശിവേണമെന്ന് പറഞ്ഞ് ആവലാതിപെട്ടു.

സമ്മതിച്ചപ്പോൾ ആലവട്ടവും, വെഞ്ചാമരങ്ങളും വീശി, താലപ്പൊലിയുമായി അച്ചുതൻകുട്ടീനെ അവർ കതിർമണ്ഡപത്തിലേക്ക് കേറ്റി.. എന്നാൽ കഴുത്തിലിട്ട മാലകുരുക്കാണന്ന സിദ്ധാന്തത്തിന് അടിക്കല്ലുപാകുകയാണ് അച്ചുതൻകുട്ടി ചെയ്തത്. അത് പഠിക്കാൻ ധാരാളം ബുദ്ധിജീവികൾ എത്തിച്ചേരുകയും അവർക്കെല്ലാം താടിയും മുടിയും നീണ്ടുവരുകയും ചെയ്തു. പില്ക്കാലത്ത് ചൊറിച്ചിൽ എന്നുപറഞ്ഞ് ചിലരതൊക്കെ വടിച്ചുമാറ്റുകയും, നേർച്ച ഭണ്ഡാരങ്ങളിൽ കാണിക്കകൾ നിക്ഷേപിക്കയും ചെയ്തുപോന്നു. പക്ഷേ, അച്ചുതൻകുട്ടി അതൊന്നും ഗൗനിക്കാനെ പോയില്ല . അന്നേരമാണ് ന്യായാധിപൻ മരണപത്രം വായിക്കുന്നതായി അയാൾക്ക് തോന്നിയത്.

ഐ പി സി 302 പ്രകാരം മരണം വരെ നീ കുരുക്കിൽക്കിടക്ക്.

കുരിക്ക് കട്ടിലിൽ നീണ്ടു നിവർന്നുകിടന്നപ്പോൾ, അച്ചുതൻകുട്ടി ഭയന്ന് അലറി. അതറിഞ്ഞ നാട്ടുകാർ കുലുങ്ങിച്ചിരിക്കയും ബന്ധുക്കളെല്ലാം അച്ചുതൻകുട്ടീനെ വിഴുങ്ങുകയും ചെയ്തു. എത്ര ചേർത്തുവച്ചാലും ചേർക്കപ്പെടാതെപോകുന്ന ചില സത്യങ്ങൾ ഭൂമിയിൽ എവിടെയും അവശേഷിക്കുന്നുവെന്ന് അയാൾ നൊരോളിച്ചു. പ്രശ്ന പരിഹാരം തേടി വിനീത വിഡ്ഢിയെപ്പോലെ അച്ചുതൻകുട്ടി ന്യായാധിപസംഘത്തിന് മുമ്പിൽ പിടിക്കപ്പെട്ട പ്രതിയേപ്പോലെ മുഖംകുനിച്ച് നിന്നു.

“ഇനി മിണ്ടരുത്.” എന്നായിരുന്നു ന്യായാധിപസംഘത്തിന്റ വിധി പ്രസ്താവം.

അങ്ങനെയാണ് അച്ചുതൻകുട്ടി പ്രതിമയാകാൻ തീരുമാനമെടുക്കുന്നത്. വായ്പ വാങ്ങി ചിരിച്ചവർ അയാൾക്ക് വിഭ്രാന്തിയെന്ന് പുലഭ്യം പറയുകയും, അയാളെ ഈ നാട്ടിൽനിന്ന് പുകച്ചുപുറന്തള്ളാനുള്ള ചില കായിക വിനോദപരിപാടികളിൽ ഏർപ്പെടുകയും ചെയ്തു. എറുമ്പുകളായിവന്ന് തന്നെ കൊത്തിവലിക്കുന്നവരെക്കുറിച്ച് യാതൊരു പരിഭവങ്ങളുമില്ലാതെ കട്ടൻ ചായയ്ക്കും ബീഡിക്കുമുള്ളതുമാത്രം സമ്പാദിക്കുന്ന അച്ചുതൻകുട്ടീടെ പല്ലുകൾക്കിടയിലൂടെ എ ഡി ബിയും, ആഗോളവല്ക്ക

രണത്തിന്റ ഭയാശങ്കകളും, ഞെരിഞ്ഞമർന്നുവീണ് വഴിവക്കുകളിൽ കിടപ്പുണ്ടായിരുന്നു, അതൊക്ക റോഡുപണികൾ കരാറെടുത്ത ചില സഖാക്കൾ കാണുകയും മലതുരന്ന മണ്ണെടുത്ത് പൊടുന്നനെ അവയൊക്കെ മൂടിക്കളയുകയും ചെയ്തു.

അച്ചുതൻകുട്ടിക്ക് ഭ്രാന്താ!

ആളുകൾ പറയാൻ തുടങ്ങിയിരുന്നു. കടം വാങ്ങി കാര്യം നടത്താൻ മിടുക്കുള്ളവർ അത് തലകുലുക്കി സമ്മതിച്ചു എന്നിട്ട്, അയാളെ എലിക്കെണിക്കകത്ത് കുരുക്കാൻ വഴിയോരങ്ങളിൽ ഇരകോർത്ത് കാത്തിരുന്നു.

“അച്ചുതൻകുട്ടീനെ നമുക്ക് ശരണാലയത്തിൽ കൊണ്ടുവിടാം അവിടെ അയാൾക്ക് മൂന്നുനേരവും ഭക്ഷണം ഫ്രീയാണ്. ഇഷ്ടംപോലെ കട്ടൻചായയും പരിപ്പുവടയും....” ഒരു നേതാവ് കടുത്ത ഭാഷയിൽ പറഞ്ഞതാണിത്. അതുകേട്ടതും അച്ചുതൻകുട്ടി അടിമുടി ഉലയുകയും നീട്ടിയൊരാട്ട് ആട്ടുകയുമായിരുന്നു ..

“ത്ഫൂ....രാജ്യസ്നേഹികള്.... അവസരവാദികൾ........” എല്ലാ സംവാദങ്ങൾക്കുമൊടുവിൽ പകൽ കറുക്കുകയും അച്ചുതൻകുട്ടി ഉൾചിന്തകളെ പെരുപ്പിച്ച് പെരുപ്പിച്ച് യാന്ത്രികമായി മടക്കയാത്രകളിലേക്ക് ചേക്കേറുകയും ചെയ്തുകൊണ്ടിരുന്നു.

അച്ചുതൻകുട്ടിഅസ്തിത്വവാദിയായിരുന്നു.

അച്ചുതൻകുട്ടി ഇരുന്ന ബസ്ഷെൽട്ടറിനുചുറ്റും കാക്കകൾ പെരുത്ത് കൊത്തുകൂടികൊണ്ടിരുന്നു.

തൊട്ടടുത്ത് കപ്പേളപ്പള്ളിയാണ്. തലേദിവസം കപ്പേളപ്പെരുന്നാളിന് വിളമ്പിയ നേർച്ചപ്പാച്ചോറിന്റ അവശിഷ്ടങ്ങൾ ബലിച്ചോർ രുചിയോടെ കാക്കകൾ കൊത്തിവിഴുങ്ങുകയാണ്. അവിടെ ചില്ലുകൂട്ടിൽ മറ്റൊരുപുണ്യാളനേം അടച്ച് വച്ചിട്ടുണ്ടായിരുന്നു.... മുമ്പിൽ വലിയ ഭണ്ഡാരപ്പെട്ടിയുമായി.

പ്രദേശത്തെല്ലാം കാക്കകളുടെ ബഹളങ്ങൾ മൂർച്ഛിക്കുകയും ചിലതുകൾ കൊത്തുകൂടിപിരിയുകയും മറ്റുചിലത് വീണ്ടും വീണ്ടും ആക്രമണോത്സുകത കൂട്ടുകയുമായിരുന്നു

അപ്പുറത്ത് നേർച്ചകാഴ്ചകളുടെ പൊടിപൂരമായിരുന്നു. തലേന്ന് ആയിരങ്ങൾ കുമ്പിട്ടുനിവരുകയും ഭണ്ഡാരപ്പെട്ടിനിറയ്ക്കുകയുമായിരുന്നു കർമ്മം. അന്നേരമാണ് മൈക്കിലൂടെ കുനുകുനുപ്പേലച്ചന്റ ഒച്ചമുഴങ്ങിയത്

ഭക്തജനങ്ങളുടെ ശ്രദ്ധയ്ക്ക്...നമുക്ക് നമ്മുടെ വിശ്വാസങ്ങൾക്കൊപ്പം സ്വർണ്ണാഭരണങ്ങളും മോഷണംപോവാതെ സംരക്ഷിക്കേണ്ടതുണ്ട്.. കള്ളന്മാർ ഇറങ്ങിയിരിക്കുന്നു, ജനസേവകരുടെ വേഷത്തിൽ... കവർച്ചനടത്താൻ. അച്ചുതൻകുട്ടി നീട്ടി തുപ്പി. ത്പൂ...

എന്നാൽ കപ്പേളയുടെ തെക്കു ഭാഗത്ത് പ്രാർത്ഥിച്ചുകൊണ്ടിരുന്ന ലോനാംമൂട്ടിൽ മാർട്ടിന്റ രണ്ടു പവൻ കള്ളൻ അപ്പോഴേക്കും അപഹരിച്ചുകഴിഞ്ഞിരുന്നു. അതറിഞ്ഞതും വിശ്വാസികൾ പുണ്യാളച്ചന്റ വാഴ്വ്

വിട്ട് സ്വർണ്ണാഭരണങ്ങൾ മൂടിപ്പൊതിഞ്ഞുകൊണ്ട് വീട്ടിലെത്താനുള്ള തിരയിൽ തിക്കുണ്ടാക്കി. തുടർന്ന് 101 കതിനവെടിയും പലിശക്കോട്ടേ ഏലിയാസ് സ്പോൺസർ ചെയ്ത - *കോടികളുടെ തമ്പുരാൻ* - എന്ന സാമൂഹ്യ സംഗീത നാടകവുമുണ്ടായിരുന്നു.

വിശ്വാസികൾക്ക് സന്തോഷായി.

പൊടുന്നനെ ബസ്ഷെൽട്ടറിന്റ ചാരുബഞ്ചുപറഞ്ഞു

“എനിക്കീമാസത്തെ വാടക കിട്ടിയില്ല.”

അച്ചുതൻകുട്ടി ഞെട്ടിപ്പോയി. ഇത്തരമൊരു സേവന വ്യവസ്ഥിതിയുടെ പിന്നാമ്പുറങ്ങൾ എപ്പോഴാണ് കീഴ്മേൽ മറിഞ്ഞതെന്ന് ചിന്തിക്കാൻ തുടങ്ങി.

“നിങ്ങളറിഞ്ഞില്ലേ വ്യവസ്ഥിതിയുടെ മാറ്റങ്ങൾ. ഇതൊരുവിദേശ സംഘടന പണികഴിപ്പിച്ച് വച്ചതാണ്. പലിശയടക്കം മുതൽ കൊടുക്കണം”

അവസാനം നിവൃത്തികേട് എന്ന് പറഞ്ഞ് ചാരുബഞ്ച് പുലമ്പുന്നുണ്ടായിരുന്നു......

ഇതിനെക്കുറിച്ചെല്ലാം അച്ചുതൻകുട്ടി മുനിസിപ്പാലിറ്റി വീപ്പയ്ക്കു മറവിൽ വിശക്കുന്നവരോടാണ് സംവാദിച്ചത്,. ഇടയിൽ, അന്തിക്രിസ്തു, പിശാച്, ഇങ്ങനെയൊക്കെ ഉച്ചരിക്കയും പിന്നീട് കേൾവിക്കാരുടെ ഒട്ടിയ വയർതടവി, നിറയാത്ത വയർ നമുക്ക് ചിന്തകൾ തരുമെന്ന് ഉദ്ഘോഷിക്കയുംചെയ്തു. വിദേശമദ്യം വെറുത്ത അച്ചുതൻകുട്ടി ബീഡിവലിയുടെ പെരുപ്പിൽ കുപ്പപെറുക്കുകാരോട് ഇപ്രകാരമാണ് പ്രസംഗിച്ചിരുന്നത്..

“നഷ്ടപ്പെടുവാനില്ലാത്തവർ ഭാഗ്യവാന്മാർ...എന്തെന്നാൽ മദ്യം സ്വപ്നങ്ങളെ ഉറക്കും, കൂച്ചുവിലങ്ങുകളെ തകർക്കും, പിന്നെന്തിനു മരണത്തെ ഭയക്കണം..നമുക്ക് സംഘടിക്കണം... ശക്തരാകണം...”

ഒരു പുത്തൻ സിദ്ധാന്തം കേട്ടമാതിരി സകലഹതഭാഗ്യരും, ബസ്റ്റാന്റ് തെണ്ടികളും എച്ചിൽ വീപ്പയ്ക്ക് മറവിലേക്ക് ഓടിക്കൂടി. ചിന്തകൾക്ക് സാമ്യം വന്നെങ്കിലും ഉച്ചരിക്കപ്പെട്ട ചില പ്രയോഗങ്ങളിൽ ക്ലീഷേ എന്നു പറഞ്ഞ് പലരും അന്ന് പിന്തിരിഞ്ഞുപോകയായിരുന്നു

അതുകണ്ട് അച്ചുതൻകുട്ടി ഉച്ചത്തിൽ വിളിച്ചു “സാമ്രാജ്യത്തം തുലയട്ടേ....”

പെട്ടെന്നുണ്ടാകുന്ന ഒരു ദുർബ്ബലനിമിഷം മതി മനുഷ്യർക്ക് മാനസികമായ അമൂർത്തത കൈവരിക്കാൻ. പക്ഷേ, അച്ചുതൻകുട്ടി മരിച്ചവന്റെ മൂർത്ത രൂപമായിരുന്നു. പ്രതിമകളെല്ലാം സത്യവും നീതിയും വിളിച്ചു പറഞ്ഞവരായിരുന്നു. മരിച്ചവർ ചെയ്തുവച്ച മാനുഷിക മുഖങ്ങളെ വ്യവസ്ഥാപിത താല്പര്യങ്ങൾക്കായി ഉപയോഗിക്കുന്ന നീചത്വത്തോട് കലഹിക്കുന്നതിലും ഭേദം മരിച്ചവരെ വിചാരണചെയ്യാം എന്ന നിഷ്കളങ്ക പ്രതിജ്ഞയിൽ അച്ചുതൻകുട്ടി ഇപ്പോൾ കണ്ണുകളെ തുറന്നു പിടിച്ചിരിക്കയാണ്.

ആ ചുണ്ടുകൾ വിറച്ചു. അയാൾ ചില്ലുകൂട്ടിലെ മനുഷ്യനോടായി

പറഞ്ഞു.

"ഇതാ ഞാനും നിന്നെപ്പോലെ പ്രതിമയായിരിക്കുന്നു."

അവർക്കിടയിൽ മൗനം തിളച്ചുകിടന്നു.

പ്രതിമയായിട്ടും സംവാദിക്കുന്നതെന്തിന് എന്നൊന്നും അച്ചുതൻകുട്ടിക്ക് മനസ്സിലായില്ല.

അയാൾപറയുകയാണ്. "നമ്മൾ തമ്മിലുള്ള മരണത്തിന്റ വിടവ് ഒരു കാലഘട്ടത്തിന്റെ ചിന്തയുടെ പരിഛേദങ്ങൾമാത്രമാണ്. മാനവികമായ നമ്മുടെ വിയോജിപ്പുകൾ എങ്ങനെയാണ് ഗുണപാഠമാക്കുക." അന്നേരം മറുപടിവന്നു.

"മരിച്ചവരുടെ സംവാദങ്ങൾ വൃഥാവിലാണന്നോർക്കുക ...അത് ജീവിച്ചിരിക്കുന്നവർക്ക് വിട്ടുകൊടുക്കാം എന്നിട്ട് നമുക്കിങ്ങനെ പ്രതിമകളാവാം."

അച്ചുതൻകുട്ടിക്ക് ഉള്ള്പൊന്തിയ ആത്മാഭിമാനമുണ്ടായി. ആദ്യമായി ഒരു പ്രതിമ തന്നോട് യോജിപ്പ് പ്രകടിപ്പിച്ചിരിക്കുന്നു. അതിന്റെ ഹുങ്കിൽ അയാൾ പറഞ്ഞു.

"ജീവിച്ചിരിക്കുന്നവരുടെ സംവാദങ്ങളിൽ മുഴുവൻ മരണമാണ് സഖാവെ മണക്കുന്നത്... തോല്‌വിയറിയാത്തവരെ ജീവനോടെ ശവപ്പെട്ടിയിലടച്ച് ചുവന്ന തുണിയിട്ട് മൂടിയിരിക്കുന്നു."

അതുപറഞ്ഞതും അച്ചുതൻകുട്ടീടെ തലയിലൊരു മുട്ടൻ പേൻ കടിച്ചുപിടിക്കുകയും തലയോട്ടി തുരക്കയും ചെയ്തു. കടിച്ചപേനിനെ ചൊറിയാതെ വല്ലാത്ത പിടച്ചിലോടെ അച്ചുതൻകുട്ടി പ്രാകി.. എന്നിട്ടുമെന്നിട്ടും അയാൾ അതിനെ കൊല്ലാൻ കൈയ്യുയർത്തിയില്ല. തുടർന്നൊരു നീണ്ട മൗനം അവർക്കിടയിൽ വാക്കുകൾക്കുവേണ്ടി കസർത്തു തീർത്തു. അന്നേരം അച്ചുതൻകുട്ടിക്ക് ഇരിക്കപ്പൊറുതി മുട്ടി.

പെട്ടെന്നൊരു കച്ചിത്തുരുമ്പെന്നപോലെ മൗനത്തെപൊളിച്ച് അയാൾ മുക്രയിട്ടു

"സത്യം പറയൂ ഹെന്നേപ്പോലെ അങ്ങുമിതിന്റെ കാവല്ക്കാരനല്ലേ?"

അതുകേട്ടതും ഷെൽട്ടറിന്റ മുകൾത്തട്ടിൽ പതുങ്ങിയിരുന്ന ഒരു പല്ലി പിടുത്തംവിട്ട് താഴേക്ക് പതിച്ചു. പിന്നെ അച്ചുതൻകുട്ടീനെ തലപൊക്കി നോക്കിയിട്ട് സുരക്ഷതേടി ഓടി. കുറച്ചുസമയത്തിനുശേഷം അയാൾ വീണ്ടും തന്റെ ചോദ്യത്തിന് മറുപടി കിട്ടിയില്ലാന്ന് കലഹിച്ച് സൂചിമുനയിലേക്ക് കയറിനിന്ന് കുലുങ്ങി.

പൊടുന്നനെയാണ് അത് സംഭവിച്ചത്. വികാരവിചാരങ്ങൾ അസ്തമിച്ചുപോയ ഒരു പ്രതിമയാണ് ഇതും എന്നു നിനച്ച്.... ഇനി ഇതു തങ്ങൾക്കു തൂറാനുള്ള ഇരിപ്പിടമെന്നുകരുതിയ ഒരു കാക്കയപ്പോൾ അച്ചുതൻ കുട്ടീടെ തലയിലിരുന്ന് കീഴ്ഴോട്ടു കാഷ്ഠിച്ചു. അന്നേരം ഇഹലോകവാസം വീണ്ടുകിട്ടിയ അച്ചുതൻകുട്ടി.. ഫാ.. എന്നാട്ടുകയും, കൈയിൽ കിട്ടിയതെടുത്ത് കാക്കയെ വീശിയെറിയുകയും ചെയ്തു.

ഞെട്ടിയകാക്കകൾ ക്രാ...ക്രാ... എന്ന് ക്രന്ദനം മുഴക്കി പറന്നു പൊങ്ങുകയും, ദൂരെ മാറിയിരുന്ന് കഴുകനെപ്പോലെ തല നീട്ടിയും, ചെരിച്ചും, ക്രൂരമായി വീക്ഷിച്ചു.

പിന്നീട് തന്റെ ഭാണ്ഡം തിരഞ്ഞ അച്ചുതൻകുട്ടിയും അന്തിച്ചുപോയി.

ആ നശിച്ച കാക്കകളെ തുരത്താനെറിഞ്ഞത് അതായിരുന്നുവല്ലോയെന്നും വ്യാകുലപ്പെട്ടു.

- നീതിക്ക് സംവാദത്തിലേർപ്പെടാൻ കഴിയില്ല
പണ്ടേമരിച്ച അതിന്റെ ശവമാണ് നാം ചുമക്കുന്നത്

പന്നിവർഗ്ഗം

കൃഷി നശിപ്പിക്കുന്ന കാട്ടുപന്നിയെ വെടിവച്ചുകൊല്ലൂ.. ശവംകത്തിച്ചുകളയൂ.

വാർത്തയറിഞ്ഞ് വേമ്പേനിക്കൽ കൊച്ച് എന്ന ഔതക്കൊച്ചിന്റെ ഞരമ്പുകളിലൂടെ ഒരു കുളിര് അതിശയാനന്ദനിർഭരം പ്രവഹിച്ച്, മോക്ഷമുക്തിയെന്ന പോലെ പൊന്തി. പിന്നെയത് തൊണ്ടയോളം വന്ന് കണ്ണുനനച്ചു. കൊട്ടംചുക്കാദിഎണ്ണ ചൂടാക്കി കൈകാൽ കഴപ്പിന് തിരുമ്മി മരക്കസേരയുടെ കട്ടിത്തുണിയിൽ ശരീരമമർത്തി ചാഞ്ഞുകിടക്കുമ്പോഴാണ് മുമ്പിലെ കളർപ്പെട്ടിയിൽ അക്ഷരക്കൂട്ടങ്ങൾ കുഞ്ചിരോമങ്ങൾ ചുരുട്ടിയുണ്ടാക്കിയതുപോലെ കൊച്ചിനു മുമ്പിലൂടെ തെളിഞ്ഞുപോയത്. അന്നേരം കിഴക്കുസൂര്യന്റെ ചെങ്കതിര് പോലെ എന്തോ ഒന്ന് കൊച്ചിന്റെ മുഖത്തും ജ്വലിച്ചു.

എത്രയോ കാലങ്ങളായി അനുഭവിക്കുന്ന ദുരിതമോചനമെന്ന് കൊച്ച് പുലമ്പി. എന്തായാലും ഇപ്പോ ഔതയുടെ ഇരുത്തത്തിനും നടത്തത്തിനുമൊക്കെ പൊടുന്നനെ പുതിയ ഒരു ചലന സിദ്ധാന്തം കൈവരിച്ചിട്ടുണ്ട്. കാടതിർത്തിവിട്ട കൃഷിഭൂമിയായിരുന്നിട്ടുകൂടി പന്നിശല്യം നിരന്തരം കൊച്ചിനെ കൊഞ്ഞനംകുത്തി ക്ഷീണിപ്പിച്ചിരുന്നു. ഒരു മൂടുകപ്പപോലും തരാത്ത ജന്തുക്കളെന്ന് അന്നച്ചേടത്തിയും ഇടയ്ക്കിടയ്ക്ക് പ്രാകി നിലവിളിക്കുമായിരുന്നു. ഇങ്ങനെ ദേഹണ്ണത്തിന്റെ വിയർപ്പ് കണ്ണുനീരായി ഒഴുക്കുമ്പോഴാണ് കാട്ടുപന്നിയെ വെടിവച്ചുകൊല്ലാനുള്ള പുതിയ സർക്കാർ ഉത്തരവ് ഔതയെത്തേടിയെത്തിയത്. കപ്പ, ചേമ്പ്, ചേന, ഇഞ്ചി, തെങ്ങ്, പ്ലാവ്, കവുങ്ങ്, മാവ് ഇത്യാദി മിശ്രിതതോട്ടത്തിന്റ നടുവിലാണ് ഔതക്കൊച്ചിന്റെ വീട്.നല്ലൊന്നാന്തരം ഓടുപുര. മൂന്നുമുറിയും, പുറത്ത്

കക്കൂസും കുളിമുറിയുമുള്ള പഴയ തറവാട്. പിള്ളേരെല്ലാം കൃഷിഭൂമി യിട്ടേച്ച് വിദൂരതയിൽ എങ്ങാണ്ടോപോയി കച്ചവടസ്ഥാപനങ്ങളെ സേവി ച്ച് അപ്പന്റെ കൃഷിഭ്രാന്തിനെ നിരന്തരം ശപിച്ച് കഴിയുന്ന സമയവും.

ഔതക്കൊച്ച് എന്നും പ്രഭാതത്തിൽ തൊടിയിൽപ്പോയി നോക്കു മ്പോൾ കാണുന്നത്; ആനയും കാട്ടുപന്നിയും കുത്തി മറിച്ചിട്ട് നക്കിയും മാന്തിയും നശിപ്പിച്ച തോട്ടം. അന്നേരം നെഞ്ച് തകർന്ന് കുന്തിച്ചിരുന്നു

പോകുമായിരുന്നു ഔത. ഔത പിന്നേയും നട്ടുപിടിപ്പിക്കും നാറാണത്തു ഭ്രാന്തനെപോലെ. മറ്റു പണികളൊന്നുമറിയില്ലല്ലോ ഔതക്കൊച്ചിന്..പറമ്പിനുവേലിയിട്ടിട്ടൊന്നും വലിയ കാര്യവുമില്ല. അതടിച്ച് പൊളിച്ചാണ് കാട്ടുജന്തുക്കള് പിന്നേം കേറുക. അതൊക്കെ കണ്ട് ഔതക്കൊച്ച് വാവിട്ട് നിലവിളിച്ചിട്ടുണ്ട്. എന്നിട്ട് എല്ലാത്തിനേയും വെടിവച്ചു കൊല്ലണമെന്ന് അരിശപ്പെട്ട് ലൈസൻസുള്ള ഇരട്ടക്കുഴൽ തോക്കുമായി ഔതക്കൊച്ച് മുറ്റത്തേക്ക് ചാടിയിറങ്ങുമ്പോഴൊക്കെ അന്നച്ചേടത്തിയാണ് നൊരോളിച്ച് മുമ്പിക്കേറി തടയുക.

"വേണ്ട മനുഷ്യാ ഈ വയസ്സാങ്കാലത്ത് ജയിലിക്കേറാണ്ടാട്ടോ... അതുങ്ങള് നശിപ്പിച്ചിട്ട് പോട്ട്."

ഔതക്കൊച്ച് പറഞ്ഞു. "കൃഷിനശിപ്പിച്ചത് മനുഷ്യനാണേലും വെടിവച്ച് കൊല്ലണം."

കാട്ടിലേക്ക് നോക്കാൻപോലും ഭയക്കുന്നകാലത്ത് ഔതക്കൊച്ചിന്റെ പോരുവിളി അന്നച്ചേടത്തിടെ അന്തഃകരണത്തെ കത്തിച്ചുകളഞ്ഞു. ഈ അവസ്ഥയിൽ സ്വന്തം നെഞ്ചിലേക്ക് പോലും അങ്ങേര് തോക്കുകേറ്റി പൊട്ടിക്കുമോന്ന് അന്നച്ചേടത്തി ദുരിശപ്പെട്ടു. അപ്പോഴാണ് ഔതക്കൊച്ചിന്റെ സങ്കടമുക്തിപോലെ ഒന്നുണ്ടായത്. അന്നച്ചേടത്തി ഓർത്തു. പട്ടിയെപോലും വളർത്താൻ പറ്റാത്തസ്ഥിതിയായിരുന്നു. വളർത്തിയതിനെയെല്ലാം പുലികൊണ്ടുപോയി. പശുവും പൂച്ചയും, ആടും, കോഴിയും ഒന്നിനേയും തരില്ല കാട്ടുജന്തുക്കള്. അത്രയ്ക്കും ദുസ്സഹമായി ജീവിതം നരകിക്കുമ്പോഴാണ് പുതിയനിയമം ഔതക്കൊച്ചെന്ന കർഷകനെ ആനന്ദ പുളകിതനാക്കിയത്. അതൊരു കുളിരുമഴപോലെ ഔതക്കൊച്ച് അനുഭവിച്ചു. അയാൾ തന്റെ ഇരട്ടക്കുഴൽത്തോക്കെടുത്ത് തുടച്ച് എണ്ണയിട്ട് വൃത്തിയാക്കിത്തുടങ്ങി. അകത്തെ ഉണ്ടകൾ പരിശോധിച്ച് തൃപ്തിപ്പെട്ടു. അന്നച്ചേടത്തി വീട്ടിലെ മാറാലയും ചുക്കിലിവലയുമൊക്കെ പിഴുതെടുത്ത് കളയാനുള്ള തയ്യാറെടുപ്പിൽ ചൂലുമായി ദ്രുതവേഗം പൂണ്ടു.

ഒന്നാം ദിവസം

വീട്ടിലെ കളർ ടി വിയിൽ വാർത്താവതാരകൻ പറഞ്ഞുകൊണ്ടിരുന്നു.

കൃഷിയിടത്തിലിറങ്ങുന്ന കാട്ടുപന്നിയെ വെടിവച്ചുകൊല്ലാം എന്നുള്ള പുതിയ സർക്കാർ ഉത്തരവിന്റെ ഭാഗമായി ഞങ്ങളുടെ ക്യാമറാമാൻ മോഹനചന്ദ്രനും, റിപ്പോർട്ടർ സുഭാഷിണി ചന്ദ്രശേഖറും വെടികൊള്ളുന്ന പന്നിയുടെ തല്സമയ സംപ്രേഷണത്തിനായി വേമ്പേനിക്കൽ കൊച്ച് എന്ന കർഷകന്റെ കൃഷിയിടത്തിലേക്ക് പ്രവേശിച്ചിരിക്കയാണ്. ഏതാനും നിമിഷത്തിനുള്ളിൽ അതിന്റെ ദൃശ്യങ്ങൾ നമുക്ക് കാണാനാവുമെന്ന് പ്രതീക്ഷിക്കുന്നു. (കപ്പ കുത്തുന്ന കാട്ടുപന്നിയുടെ വിവിധദൃശ്യ

ങ്ങൾ ടി വി സ്ക്രീനിൽ പല ആംഗിളുകളിൽ..... പന്നി ഓടുന്നതും, ചാടുന്നതും, അമറുന്നതും)

"മിസ് സുഭാഷിണി ചന്ദ്രശേഖർ കേൾക്കാമോ.. നിങ്ങളിപ്പോളെവിടെയാണ്. എന്താണ് അവിടത്തെ സ്ഥിതിഗതികൾ?"

"നിഷാന്ത്, ഞങ്ങളിപ്പോൾ നാക്കോലിക്കര പഞ്ചായത്തിലെ വേമ്പേനിക്കൽ കൊച്ച് എന്ന കർഷകന്റെ മൂന്നേക്കർ പുരയിടത്തിലാണുള്ളത്. അതിരാവിലെ തന്നെ ഞങ്ങളിവിടെ ക്യാമറയുമായി എത്തിയിരുന്നു. പന്നി രാവിലെമുതൽ തോട്ടത്തിലുണ്ടെന്നവിവരം കിട്ടിയിട്ടാണ് പുറപ്പെട്ടത്. ഇപ്പോളും പുരയിടത്തിലെ മരച്ചീനി പന്നികള് തിന്നുകൊണ്ടിരിക്കുന്ന കാഴ്ചയാണ് കാണാൻ സാധിക്കുന്നത്. അതിനെ വെടിവെക്കാനുള്ള ഉത്തരവ് ലഭിക്കുമെന്ന പ്രതീക്ഷയിൽ കൊച്ച് എന്ന കർഷകൻ അക്ഷമനായി കാത്തിരിപ്പാണ്. അദ്ദേഹത്തിന്റെ കൈയിൽ ലൈസൻസുള്ള ഇരട്ടക്കുഴൽ ത്തോക്കും, അരികിൽ ഭാര്യ അന്നച്ചേടത്തിയുമുണ്ട്."

(ഔതക്കൊച്ച് തോക്കുപിടിച്ച് നില്ക്കുന്ന രംഗങ്ങളും, പന്നിക്കൂട്ടം കൃഷിനശിപ്പിക്കുന്ന സീനുകളും മാറിമാറി തെളിയുന്നു) "സുഭാഷിണി.. ഈ കൊച്ചിന് ഏകദേശം എന്തുപ്രായം വരും?"

"നിഷാന്ത്.. കൊച്ചെന്ന് പറഞ്ഞാല് വെറുംകൊച്ചല്ല. പ്രായമുള്ള ആളാണ്. ആദ്യംകേട്ടപ്പോൾ ഞങ്ങളും കൊച്ചുകുട്ടിയെന്നാണ് ധരിച്ചത്. നേരിട്ട് കണ്ടപ്പോഴാണ് അദ്ദേഹം കുട്ടിയല്ല 65 വയസ്സ് പ്രായമുള്ള ആളാണെന്ന് മനസ്സിലാകുന്നത്. അദ്ദേഹത്തിന്റെ ഭാര്യ അന്നച്ചേടത്തിക്ക് ഏതാണ്ട് 55 വയസ്സുണ്ടാകുമെന്ന് കണക്കാക്കുന്നു. അവർ ഇരുവരും മുറ്റത്തുതന്നെ നില്ക്കുകയാണ് വനപാലകരുടെ വരവും പ്രതീക്ഷിച്ച്."

(ചട്ടയുംമുണ്ടും ധരിച്ച അന്നച്ചേടത്തിയുടെ വിവിധ ദൃശ്യങ്ങൾ... പന്നി കൃഷിനശിപ്പിച്ചുകൊണ്ടിരിക്കുന്നു)

"ശരിശരി..പന്നിയെ കൊല്ലാനായി അവർ എന്തൊക്കെ മുൻകരുതലുകളാണ് എടുത്തിട്ടുള്ളത്?"

"നിയമപ്രകാരമുള്ള നടപടികളെല്ലാം പൂർത്തീകരിച്ചതായി കർഷകൻ പറയുന്നുണ്ട്. ആദ്യമായി കപ്പയും ചേമ്പും കുത്താനായി അറുപതോളം പന്നികളാണ് പറമ്പിൽക്കേറിയിരുന്നത്. അപ്പോൾ തന്നെ ഔതക്കൊച്ച് അയൽവക്കത്തുള്ളവരേയും കുടുംബക്കാരേയുമെല്ലാം വിളിച്ച് പന്നികളെ കാട്ടി ആവേശപ്പെട്ടിരുന്നു. അവരിൽനിന്ന് പന്നിക്കൂട്ടത്തെ കണ്ടതായി ഒപ്പിട്ട്‌വാങ്ങിയ അപേക്ഷയുമായി റേഞ്ച് ഓഫീസിൽപ്പോയി അപേക്ഷ സമർപ്പിച്ചതായി കർഷകൻ പറയുന്നുണ്ട്. പലപ്രാവശ്യം പോയപ്പോഴേക്കും കാട്ടുപന്നിയോ, അതോ നാട്ടുപന്നിയോ.. കൃഷിനശിപ്പിക്കുന്നത് എന്ന് നിരീക്ഷിക്കാനായി ആദ്യ വനപാലക സംഘം വന്നുപോയി ... എന്ന് അദ്ദേഹം പറയുന്നുണ്ട്. കാട്ടുപന്നിയെന്ന് കർഷകൻ ആണയിട്ടിട്ടും റേഞ്ച് ഓഫീസറാണ് ഇക്കാര്യത്തിൽ അവസാന തീരുമാനമെടു

ക്കേണ്ടതെന്ന് പറഞ്ഞ് അവർ ഒഴിയുകയായിരുന്നുവെന്ന് ഔതക്കൊച്ച് സൂചിപ്പിക്കുന്നുണ്ട്."

"എന്തൊക്കെ നാശനഷ്ടങ്ങളാണ് കൊച്ച് അപേക്ഷയിൽ കാണിച്ചിരിക്കുന്നത്?"

"നിഷാന്ത്...അത് 500-ഓളം കപ്പയും,200-ഓളം ചേമ്പും. ഒരേക്കർ ഇഞ്ചിക്കണ്ടവും മുഴുവൻ ചവിട്ടി ഫുട്ബോൾകോർട്ടുപോലെയാക്കിയെന്ന് അപേക്ഷയിൽ കാണിച്ചിട്ടുണ്ട്. ഇഞ്ചി മുളപൊട്ടുന്ന സമയമാണന്നും അപേക്ഷയിൽപ്രത്യേകം കാണിച്ചിട്ടുണ്ട്."(ചിതറിക്കിടക്കുന്ന ഇഞ്ചിക്കണ്ടങ്ങളും, കപ്പ, ചേമ്പ് മുതലായവ പന്നികുത്തുന്ന ദൃശ്യങ്ങൾ)

"ഇപ്പോൾ കൃഷിനശിപ്പിക്കുന്ന പന്നിക്കൂട്ടങ്ങളിൽ ഏകദേശം എത്ര പന്നികളുണ്ടാകുമെന്ന് മനസ്സിലാകുന്നുണ്ടോ?"

"ഉണ്ട്. ഏതാണ്ട് അറുപതോളം പന്നികളുണ്ടന്ന് വിശ്വസിക്കുന്നു.."

"അതിൽ മുലയൂട്ടുന്നത് വല്ലതും ഉൾപ്പെട്ടിട്ടുണ്ടോ?"

"മൂന്നാലെണ്ണത്തിന്റെ മുലകൾ ഞാന്നുകാണുന്നുണ്ട്.. അവ മുലയൂട്ടുന്നതാണന്ന് സംശയമുണ്ട്. അവയെ മാറ്റിനിർത്തിയേ വെടിവെക്കാനാവൂ എന്നാണ് കരുതുന്നത്."

"കർഷകൻ ആവശ്യത്തിന് മണ്ണണ്ണ കരുതീട്ടുണ്ടോ?"

"ഉണ്ടെന്നാണ് കൊച്ചെന്ന കർഷകൻ പറയുന്നത്." (മുറ്റത്തിന്റെ കോണിൽ അഞ്ചാറു മണ്ണെണ്ണ കന്നാസുകളുടെ ദൃശ്യങ്ങൾ. അതിനടുത്ത് തോക്കുമായി ഔതക്കൊച്ചെന്ന കർഷകൻ)

"നന്ദി സുഭാഷിണി ഞാൻതിരിച്ചുവരാം."

പരസ്യങ്ങൾ... ഒരു പയ്യൻ സ്ക്രീനിലേക്ക് പാഞ്ഞുവരുന്നു എന്നിട്ട്.... സന്തോഷം കൊണ്ടെനിക്ക് ഇരിക്കാൻ വയ്യേ.... അവതാരകൻ സ്ക്രീനിൽ പ്രത്യക്ഷപ്പെട്ട്...

നാക്കോലിക്കര പഞ്ചായത്തിലെ വനസംരക്ഷണസമിതി പ്രസിഡന്റ് കുരുട്ടടിയിൽ കർമ്മപാലൻ അതിഥിയായി നമ്മോടൊപ്പം സ്റ്റുഡിയോവിലുണ്ട്. നമുക്കിപ്പോ അദ്ദേഹവുമായി സംസാരിക്കാം.

"മിസ്റ്റർകുരുട്ടടിയിൽ കർമ്മപാലൻ എങ്ങനെയാണ് നിങ്ങളിതിനെ കാണുന്നത്. പന്നി കൃഷിനശിപ്പിക്കുന്നത് കർഷകർക്ക് ദോഷകരമല്ലേ?"

കർമ്മപാലൻ: "പന്നീനെ കൊല്ലുന്നതാണ് വലിയ ദോഷകരം. കാരണം പന്നി നല്ലൊരു മൃഗാണ്. ഞങ്ങളതിനെ ദൈവത്തെപ്പോലാണ് കാണുന്നത്. പറമ്പൊക്കെ കുത്തിയിളക്കി മണ്ണിൽ നല്ല നീർവാഴ്ചയുണ്ടാക്കുന്ന കർഷക ബന്ധുവാണ് സത്യത്തിൽ പന്നികള്...കർഷകര് പറമ്പിന് മതിലുകെട്ടിയാല് പന്നിം കേറൂല്ലാ മനുഷേനും കേറൂല്ലാ.."

"നിങ്ങൾ സ്വന്തം പറമ്പിന് ഇങ്ങനെ മതിലുകെട്ടീട്ടുണ്ടോ?"

"ഇല്ല ഞാനങ്ങ് കരിമത്താ.. അവിടെ കാട്ടുമൃഗങ്ങളുടെ ശല്യമൊന്നുമില്ല."

“കരിമം എന്നു പറയുന്നത് ഒരു ടൗണല്ലേ?”

“അതെ അതുകൊണ്ടാണ് മതിൽ ആവശ്യമില്ലാത്തത്.” (കർമ്മസേനന്റെ മുഖത്ത് ഗൗരവം)

“ങാ..നാക്കോലിക്കര പഞ്ചായത്ത് പ്രസിഡന്റ് ഇപ്പോൾ ലൈനിലുണ്ട്.. സർ പറയൂ.. എങ്ങനെയാണ് ഈ പന്നിവേട്ടയെ നിങ്ങള് കാണുന്നത്?”

“കർഷകർക്ക് വളരെയേറെ ദ്രോഹം ചെയ്യുന്ന ജന്തുവാണ് കാട്ടുപന്നി. അതിനെ കൊന്നുകളയണം. പക്ഷേ, മറ്റൊരു പ്രശ്നമുണ്ട്. ഇറച്ചി കത്തിച്ചുകളയാനുള്ള മണ്ണെണ്ണയ്ക്ക് വലിയക്ഷാമമാണ് അനുഭവപ്പെടുന്നത്. പകരം ഡീസൽ പറ്റുമോന്ന് ഞങ്ങൾ അന്വേഷിച്ചുകൊണ്ടിരിക്കുകയാണ്. പക്ഷേ, വനം വകുപ്പ് അതിന് സമ്മതം തന്നിട്ടില്ല. വലിയ പരിസ്ഥിതി പ്രശ്നമുണ്ടാക്കുമെന്നാണ് അവരുടെ വാദം...അതുകൊണ്ട് പന്നിയെ കത്തിച്ചുകളയാനുള്ള മണ്ണെണ്ണ സൗജന്യമായി കർഷകർക്ക് വിതരണം ചെയ്യാനുള്ള ഒരു പദ്ധതി ഞങ്ങള് പാസാക്കിയിട്ടുണ്ട്. പത്തു ലക്ഷം രൂപയാണ് ഞങ്ങളതിന് നീക്കിവച്ചിരിക്കുന്നത്.”

“ശരി ശരി.. ചർച്ചതുടരാം.. കർമ്മസേനൻ പന്നി പെറ്റുപെരുകുന്ന ഇനമാണല്ലോ പിന്നെങ്ങനെയാണ് വംശനാശം വരുമെന്ന് ചിലർ ആക്ഷേപിക്കുന്നത്?ഒന്നുവ്യക്തമാക്കാമോ?”

“പണ്ടത്തെപ്പോലുള്ള പേറൊന്നുമിപ്പോഴില്ലന്നതാണ് സത്യം. പെറ്റാൽ തന്നെ തള്ള കുട്ടിയെ കടിച്ചുതിന്നും. പിന്നെ ഒന്നോ രണ്ടോ കിട്ട്യാലായി. പന്നിക്കിഷ്ടപ്പെട്ട മരച്ചീനി, വാഴ, ചേമ്പൊക്കെ കർഷകൻ നട്ടുപിടിപ്പിക്കാതിരുന്നാൽ മതി. ഒരുപന്നീം കൃഷിയിടത്തിലേക്ക് വരൂല്ലാ.. ഇപ്പോൾ പന്നിക്കുള്ള ഭക്ഷണവിഭവങ്ങൾ കാട്ടിലേക്ക് എത്തിച്ചുകൊടുക്കുന്ന ഒരു പദ്ധതിക്ക് ഞങ്ങൾ സർക്കാരിനോട് ശുപാർശ ചെയ്തിട്ടുണ്ട്. അതിങ്ങോട്ട് കിട്ട്യാല് ഒരുപന്നിന്റെമോനും നാട്ടിലിറങ്ങൂല്ലാ..”

“ശരി. മിസ് സുഭാഷിണിചന്ദ്രശേഖർ കേൾക്കാമോ? എന്താണ് അവിടുത്തെ പുതിയ സ്ഥിതിഗതികൾ?”

“നിഷാന്ത്.... ഏതാണ്ട് അൻപതോളം വരുന്ന ഒരുപന്നിക്കൂട്ടം കൂടി ഇപ്പോൾ തോട്ടത്തിലേക്ക് പ്രവേശിച്ചിട്ടുണ്ട്. ഞങ്ങൾ അതിനടുത്തുള്ള വലിയ ഒരു പാറയുടെ മറവിൽ ഒളിച്ചിരുന്നാണ് ഷൂട്ട് ചെയ്യുന്നത്.”

“മിസ്റ്റർ മോഹനചന്ദ്രൻ എന്തെടുക്കുകയാണിപ്പോൾ?”

“അദ്ദേഹം ഷൂട്ട് ചെയ്തുകൊണ്ടിരിക്കുന്നു.”

“ചുറ്റും വിജനമായ സ്ഥലമാണോ?”

“അതെ തികച്ചും വിജനമായ സ്ഥലം. ഷൂട്ടിങ്ങിന് ഏറ്റവും ഉചിതമായ സ്ഥലമെന്നാണ് മോഹനചന്ദ്രൻ പറയുന്നത്. ആളുകൾ എതിർത്തതാണ് ഒറ്റയ്ക്ക് പോകരുതെന്ന്. പക്ഷേ, മോഹനചന്ദ്രൻ സമ്മതിച്ചില്ല. പന്നിനെ ഷൂട്ട്ചെയ്ത് നമ്മുടെ പ്രേക്ഷകരെ പുളകിതരാക്കുമെന്നുതന്നെ

യാണ് അദ്ദേഹം പറയുന്നത്.''

''പന്നികൾ ഇപ്പോളെന്തുചെയ്യുന്നു?''

''വലിയ മുരൾച്ചയോടുകൂടി മരച്ചീനിച്ചോടെല്ലാം കുത്തിമറിക്കുകയാണ്. രാത്രിയിലെത്തിയത് ഇനിയും തിരിച്ചുപോയിട്ടില്ല എന്നാണ് അറിയാൻ കഴിയുന്നത്.''

''കർഷകനിപ്പോൾ എന്തുചെയ്യുന്നു?''

''കൊച്ച് എന്ന കർഷകൻ അക്ഷന്തവ്യമൂകനായി കാത്തിരിപ്പാണ്...

മുറ്റത്ത് തന്നെ ഇരട്ടക്കുഴൽ തോക്കുമായി.... തെക്കുഭാഗത്തേക്ക് കണ്ണ് കുന്തിച്ച്..ആ ഭാഗത്താണ് റോഡ്........................''

"നന്ദി സുഭാഷിണിചന്ദ്രശേഖർ. നമുക്ക് തിരിച്ചുവരാം."

"ഇപ്പോൾ റെയ്ഞ്ച് ഓഫീസർ കെ ടി രാധാകൃഷ്ണ കൈമൾ ലൈനിലുണ്ട്.."

"പറയു സർ... ഇപ്പോൾ പന്നിക്കൂട്ടങ്ങൾ വേമ്പേനിയിൽ ഔതക്കൊച്ച് എന്ന കർഷകന്റെ കൃഷിയിടം നശിപ്പിച്ചുകൊണ്ടിരിക്കുകയാണ്. അദ്ദേഹത്തിന്റെ അപേക്ഷയിൽ ഇതുവരെ എന്തുനടപടികളാണ് വനംവകുപ്പ് എടുത്തിരിക്കുന്നത്?"

"കൊച്ചിന്റെ അപേക്ഷ ലഭിക്കുമ്പോൾ ഞാൻ ഡി എഫ് ഒ ഓഫീസിലായിരുന്നു. നാട്ടിലിറങ്ങുന്ന കുസൃതിയാനകൾക്ക് റേഡിയോക്കോളർ പിടിപ്പിക്കുന്നതിന്റെ സെമിനാറിന്. പക്ഷേ, ആനക്കൂട്ടം മറ്റൊരിടത്ത് കൃഷിനശിപ്പിച്ചതിനാൽ അവിടെയെത്തിയ എന്നെ നാട്ടുകാർ രണ്ടുദിവസമായി തടഞ്ഞുവച്ചിരിക്കയായിരുന്നു. എങ്കിലും പ്രാഥമിക അന്വേഷണത്തിന് കൊച്ചൗതയുടെ കൃഷിയിടത്തേക്ക് ഒരു സംഘത്തെ അയച്ചിരുന്നു. അതിന്റെ കൂടി അടിസ്ഥാനത്തിൽ അപേക്ഷ പരിഗണിച്ച് വരുന്നതേയുള്ളൂ."

"എപ്പോഴത്തേക്കാണ് വിവരം അറിയാൻ സാധിക്കുക?"

"അത് കൃത്യമായി പറയാനാവില്ല. കിട്ടിയ അപേക്ഷ വച്ച് കാട്ടുപന്നിയാണോ, അതോ മറ്റെന്തെങ്കിലും ജന്തുക്കളാണോയെന്ന് പരിശോധിച്ച് വരികയാണ്."

"ശരി നിങ്ങൾ പരിശോധിക്കൂ... കുറച്ചുകഴിഞ്ഞ് വിളിക്കാം."

"ഇപ്പോൾ പരിസ്ഥിതി പ്രവർത്തകൻ ശ്രീ. കുണ്ടളം കുര്യാച്ചൻ ലൈനിലുണ്ട്. (സ്ക്രീനിൽ തെളിയുന്നു കുണ്ടളം കുര്യാച്ചൻ) പറയൂ.. മി. കുണ്ടളം കുര്യാച്ചൻ, വേമ്പേനിക്കൽ ഔതകൊച്ച് എന്ന കർഷകൻ തോക്കുമായി കാട്ടുപന്നിയെ വെടിവെക്കാനുള്ള അനുവാദത്തിനായി കാത്തിരിക്കുന്നു. എന്താണ് താങ്കളുടെ അഭിപ്രായം?"

"പന്നി കാട്ടിലെ ഏറ്റവും പ്രധാനപ്പെട്ടമൃഗമാണ്. ചത്തതും ചീഞ്ഞതുമായ ശവങ്ങളെ മുഴുവൻ തിന്നുന്ന ജന്തു. നാട്ടിലൂടെയും യഥേഷ്ടം നടക്കാനുള്ള അനുവാദമാണ് സത്യത്തിൽ പന്നിവർഗ്ഗത്തിന് അനുവദിക്കേണ്ടത്. കാരണം നാട്ടിലെ മാലിന്യങ്ങളും തിന്ന് ശുചീകരിക്കുമല്ലോ. അതുകൊണ്ട് പന്നിയെ വെടിവെക്കരുതെന്നാണ് ഞങ്ങളുടെ അഭിപ്രായം. ഇല്ലെങ്കിലത് ആവാസവ്യവസ്ഥയ്ക്ക് വലിയ പ്രത്യാഘാതങ്ങളുണ്ടാക്കും. ആനപ്പന്തിപോലെ ഒരു പന്നിപ്പന്തികൂടി ഉണ്ടാക്കിയാൽ നാട്ടിലിറങ്ങുന്ന വികൃതികളായ പന്നികളെ വെടിവച്ച് മയക്കിവീഴ്ത്തി വേണ്ടത്ര പരിശീലനംകൊടുത്ത് കാട്ടിക്കേറ്റാവുന്നതേയുള്ളൂ."

"നന്ദി മിസ്റ്റർ കുണ്ടളം കുര്യാച്ചൻ. വീണ്ടും റെയ്ഞ്ചാഫീസർ ലൈനി

ലുണ്ട്.''

"പറയൂ സർ..വേമ്പേനിക്കൽ ഔതക്കൊച്ചെന്ന കർഷകന്റെ അപേക്ഷയിൽ എന്തുതീരുമാനം എടുത്തു?"

"നിഷാന്ത്.. മറ്റൊരുപ്രശ്നമുണ്ട്. കർഷകൻ അപേക്ഷയുടെ അടിയിൽ ഒപ്പിനു പകരം വിരലടയാളമാണ് പതിച്ചിരിക്കുന്നത്. അത് ഔതക്കൊച്ചിന്റെ തന്നെയാണോന്നും, ആണങ്കില് സ്വീകാര്യമാണോയെന്നും പരിശോധിച്ച് വരികയാണ്."

"ശരി സർ...മിസ് സുഭാഷിണി ചന്ദ്രശേഖർ കേൾക്കാമോ?"

"കേൾക്കാം..."

"നിങ്ങളിപ്പോൾ എവിടെയാണ്?"

" നിഷാന്ത്....പന്നിക്കൂട്ടം മറ്റൊരുഭാഗത്തേക്ക് കൃഷിനശിപ്പിക്കാനായി പോയതോണ്ട് ഞാനും മോഹനചന്ദ്രനും അതിനെ പിന്തുടർന്ന് വലിയ ഒരു തേക്കുമരത്തിന്റെ കവരയിലാണിപ്പോളിരിപ്പ്. പാറയുടെ ഭാഗത്തു നിന്ന് നന്നായി ഷൂട്ട്ചെയ്യാനാവുന്നില്ല എന്ന കാരണത്താലാണ് മോഹനചന്ദ്രൻ എന്നേയും കൂട്ടി ഈ തേക്കുമരത്തിലേക്ക് പോന്നത് (തേക്കുമരത്തിന്റെ ചില ഭാഗങ്ങൾ. അതിൽ അവരുടെ ഇരിപ്പ്..... ദൃശ്യങ്ങൾ) നിഷാന്ത് ... മറ്റൊരു സർപ്രൈസ് വാർത്തയുണ്ട്. ഇപ്പോൾ കൃഷിഭൂമിയുടെ മറ്റൊരുഭാഗത്ത് ഒരാന പ്രത്യക്ഷപ്പെട്ടിട്ടുണ്ട് ഒന്നല്ല... രണ്ട്.. അല്ലല്ല.. മൂന്ന്..അതിലൊന്ന് കുട്ടിയാനയാണ്... ഏതാണ്ട് ഒരുവയസ്സ് പ്രായം വരും. അവകളും കൂടി ഔതക്കൊച്ച് എന്നകർഷകന്റെ തോട്ടത്തിലേക്ക് ഇപ്പോൾ കടന്നിരിക്കയാണ്." (ആനകളുടെ ദൃശ്യങ്ങൾ)

"നിങ്ങൾ സുരക്ഷിതരാണോ?"

"അതെ നിഷാന്ത് തേക്കുമരത്തിൽ കേറീത് വളരെ നന്നായീന്ന് ഇപ്പോൾ തോന്നുന്നു."

"വേമ്പേനിക്കൽ ഔതക്കൊച്ച് ഇപ്പോൾ എന്തുചെയ്യുന്നു?"

"അദ്ദേഹം ഇപ്പോഴും തോക്കുമായി വീടിന്റെ മുറ്റത്തെ പൊരിവെയിലിൽ തെക്കോട്ട് റോഡിലേക്ക് തന്നെ നോക്കി നില്പാണ്."

"അദ്ദേഹത്തിന് കൊടുക്കാമോ മൈക്ക്?"

"നിവർത്തിയില്ല നിഷാന്ത്..... കാരണം ആനക്കൂട്ടമിപ്പോൾ തേക്കുമരത്തിനു ചുവട്ടിലൂടെ നീങ്ങി, കുലച്ച ഒരുവാഴപൊളിച്ച് വായിൽ വെക്കുകയാണ്. മറ്റ് ഒരെണ്ണം കൊച്ചിന്റെ വീടിനുസമീപമുള്ള പ്ലാവിൽനിന്ന് ചക്ക പറിച്ച് തിന്നുകയാണ്."

"ശരി.. കൊച്ച് എന്ന കർഷകനിപ്പോളും മുറ്റത്തു തന്നെയാണോ?"

"കർഷകനിപ്പോൾ ജീവനുംകൊണ്ട് വീട്ടിനുള്ളിലേക്ക് ഓടിക്കയറി ജനലിലൂടെ പുറത്തെ രംഗങ്ങൾ വേദനയോടെ വീക്ഷിക്കുകയാണ്. ആനയിറങ്ങിയതറിഞ്ഞ് ധാരാളം ആളുകൾ എത്തിക്കൊണ്ടിരിക്കുന്നുണ്ട്. പക്ഷേ, അവർ കൂക്കിയിട്ടും ആനകൾ പോകാതെ നില്ക്കുകയാണ്." (ജനക്കൂട്ടത്തിന്റെയും, ആനയുടെയും ദൃശ്യങ്ങൾ)

“ശരി... ഞാൻ തിരിച്ചു വിളിക്കാം. ഇപ്പോൾ റെയ്ഞ്ചർ ലൈനിലുണ്ട്.. സർ പന്നിക്കൂട്ടത്തിന് പുറകെ ആനക്കൂട്ടവുമിപ്പോൾ കൊച്ച് എന്ന കർഷ കന്റെ കൃഷിയിടത്തിൽ നാശം വിതയ്ക്കുകയാണ് ആളുകൾ കൂക്കിയിട്ടും കല്ലെറിഞ്ഞും ഓടിക്കാനുള്ള ശ്രമത്തിലാണ്. എന്താണ് താങ്കളുടെ അഭി പ്രായം?”

ആളുകളോട് അങ്ങനെചെയ്യരുതെന്ന് ഞങ്ങൾ മുന്നറിയിപ്പ് കൊടു ത്തിട്ടുണ്ട്. കാരണം വിശന്ന ആനകളാണ് നാട്ടിലേക്ക് വന്ന് പ്ളാവിൽ നിന്നും ചക്കപറിച്ച് തിന്നുന്നത്. ഞങ്ങൾ പ്രത്യേക വാഹനത്തിൽ പഴുപ്പിച്ച ഏത്തക്കുലകളുമായി അങ്ങോട്ടുനീങ്ങുകയാണ്. അതു തിന്നുകൊണ്ടി രുന്നാൽ ആനകള് ശല്യക്കാരാകില്ലന്ന് ഒരു പഠനത്തിൽ തെളിഞ്ഞിട്ടു ണ്ട്.”

“മിസ് സുഭാഷിണി ചന്ദ്രശേഖർ കേൾക്കാമോ? ആനയിപ്പോഴും അവി ടെത്തന്നെയുണ്ടോ?” (വിഷമത്തോടെ)

“ഇല്ല നിഷാന്ത്..ആളുകളുടെ ശല്യം സഹിക്കവയ്യാതെ അത് കാട്ടി ലേക്ക് ഓടിക്കേറിപ്പോയിരിക്കുന്നു. ആളുകൾ കല്ലും കട്ടയും പാട്ടകൊട്ട ലുമൊക്കയായി അതിനെ പിന്തിരിപ്പിച്ചുകളഞ്ഞു.”

(ആനയെ ഓടിക്കുന്നതിന്റെ വിവിധ സീനുകൾ ടി വി സ്ക്രീനിൽ...)

“ഇപ്പോഴും പന്നികൾ അവിടെത്തന്നെ ക്യാമ്പ്ചെയ്യുകയാണോ? ”

“ഇല്ല അതുങ്ങളും കാട്ടിലേക്ക് ഭയന്ന് ഓടിപ്പോയിരിക്കുന്നു.”

“ശരി നിങ്ങളിപ്പോഴും കവരയിലാണോ?”

“അല്ല നിഷാന്ത് കുറച്ചാളുകൾ ചേർന്ന് ഞങ്ങളെ ഏണിവച്ച് താഴെ ഇറക്കിയിരിക്കുന്നു.”

“ഇനിയിപ്പോളെന്തുചെയ്യും?”

“മോഹനചന്ദ്രൻ ഷൂട്ട് ചെയ്ത് വല്ലാതെ ക്ഷീണിച്ചിട്ടുണ്ട്. അദ്ദേഹ ത്തിന് ഉപ്പിട്ട കഞ്ഞിവെള്ളമാണ് കൊച്ച് എന്ന കർഷകൻ ഇപ്പോൾകൊ ടുക്കുന്നത്.” (അതിന്റെ വിവിധ ദൃശ്യങ്ങൾ)

“ശരി പന്നിയിനിയെന്നുവരുമെന്ന് വല്ലവിവരവും കിട്ടിയോ?”

“അറിയില്ല ....ഒരുനിമിഷം...അതെ ആനയിറങ്ങീതുകൊണ്ട് കപ്പമു ഴുവൻ പന്നിക്ക് തിന്നാൻ കഴിഞ്ഞിട്ടില്ല എന്നാണ് നാട്ടുകാരിൽനിന്ന് അറി യാൻ കഴിയുന്നത്.. കുറച്ചുകൂടി ബാക്കിയുള്ളതിനാൽ നാളെയും പന്നി വരുമെന്നാണ് മുരിയംകാവിൽ വർഗ്ഗീസ് എന്ന കർഷകർ പറയുന്നത്.”

“നന്ദി സുഭാഷിണി നന്ദി.. നമുക്ക് തിരിച്ചുവരാം.”

അവതാരകൻ..

“ഔതക്കൊച്ച് എന്നകർഷകന്റെ തോട്ടത്തിൽ പന്നിക്കൊപ്പം ആന യുമിറങ്ങീതുകൊണ്ടും വെടിവെക്കാനുള്ള അനുവാദം വരാത്തകൊണ്ടും കർഷകന് വെടിപൊട്ടിക്കാൻ കഴിഞ്ഞിട്ടില്ല എന്നാണ് അവിടെ നിന്നുള്ള സൂചനകൾ..മിക്കവാറും നാളെ അതുണ്ടായേക്കുമെന്ന് കരുതുന്നു.”

ചർച്ച തുടരുന്നു.

“മിസ്റ്റർ കുരുട്ടടിയിൽ കർമ്മപാലൻ.. ഈ ആനയും പന്നിയും തമ്മിൽ എങ്ങനെയാണ് കാട്ടിലെ ജീവിതം. വലുപ്പത്തിലും സ്വഭാവത്തിലും വ്യത്യസ്തജാതികളായ ഇവകൾ എങ്ങനെയാണ് മനുഷ്യരുമായുള്ള ജൈവബന്ധം കാത്തുസൂക്ഷിക്കുന്നത്.”

“സത്യത്തിൽ നല്ല ബന്ധമുണ്ട് നമ്മളറിയുന്നില്ലന്നേയുള്ളൂ.. നോക്കൂ. രണ്ടും നല്ല കറുപ്പാണ്.. പന്നിമുഴുത്ത് ആ മൂക്കങ്ങ് നീണ്ടാൽ ആന യായില്ലേ.. പന്നി തുരന്നു തിന്നുന്നു. ആന പറിച്ചുതിന്നുന്നു. ഈ വ്യ ത്യാസമേയുള്ളൂ... പിന്നെ ഇടയ്ക്കിടെ ഇവ രണ്ടും നാട്ടിലിറങ്ങി മനു ഷ്യരുമായി നല്ല ജൈവബന്ധം ഉണ്ടാക്കുന്നുണ്ടല്ലോ.”

“ശരി ശരി നമുക്കിതിപ്പോൾ അവസാനിപ്പിക്കാം.. നന്ദി നല്ല നമസ് കാരം..”

(രണ്ടുപേരും പരസ്പരം കൈകൂപ്പുന്നു.)

പരസ്യം -പായലേ വിട..പൂപ്പലേ വിട എന്നന്നേക്കും വിട...

രണ്ടാംദിവസം

വേമ്പേനിക്കൽ ഔതക്കൊച്ച് കളർ ടി വി തുറന്നുവച്ചിരിക്കുക യാണ്. നിയമസഭാ അവലോകനത്തിനുശേഷം വാർത്ത അവതാരക ടി വിയിൽ പ്രത്യക്ഷപ്പെട്ടു. (അശ്വതി നടരാജൻ..... എഴുതിക്കാണിക്കുന്നു) “വേമ്പേനിക്കൽ ഔതക്കൊച്ച് എന്ന കർഷകന്റെപുരയിടത്തിൽ കാട്ടുപന്നിയെകൊല്ലുന്നതിന്റെ തല്സമയ സംപ്രേഷമാണ് ഇപ്പോൾ കാണാൻ പോകുന്നത്. കഴിഞ്ഞദിവസം കർഷകന് പന്നിയെ വെടിവെ ക്കാനുള്ള ഉത്തരവ് കിട്ടിയിരുന്നില്ല. ഇന്നത് കിട്ടുമെന്നു ഞങ്ങൾ പ്രതി ക്ഷിക്കുകയാണ്.”

“സുഭാഷിണി കേൾക്കാമോ?”

“കേൾക്കാം ചേച്ചി.... ചോദിച്ചോളൂ.”

“എന്താണ് അവിടുത്തെ ഇപ്പോഴുള്ള സ്ഥിതിവിശേഷം. ഇന്ന് പന്നിയെ വെടിവെക്കാനുള്ള അനുവാദം ലഭിക്കുമോ?”

“ഞങ്ങളിപ്പോള് വേമ്പേനിക്കല് കൊച്ച് എന്ന കർഷകന്റെ വീട്ടിൽ എത്തിയിട്ടേയുള്ളൂ. ഇന്നലെ പന്നിയെ വെടിവെക്കാനുള്ള അനുവാദം കിട്ടിയിരുന്നില്ല. ഇന്നത് കിട്ടുമെന്നു കരുതി കൊച്ച് എന്ന കർഷകൻ പ്രതീക്ഷ കൈവിടാതെ തോക്കുമായി കാത്തുനില്ക്കുകയാണ്.”

(തോക്കുമായി നില്ക്കുന്ന കൊച്ച് എന്ന കർഷകന്റെ ദൃശ്യങ്ങൾ, പന്നി കൃഷിനശിപ്പിക്കുന്ന രംഗങ്ങൾ)

“സുഭാഷിണി ഇക്കാര്യത്തിൽ കൊച്ചിനെന്താണ് പ്രേക്ഷകരോടു പറ യാനുള്ളത് എന്നു ചോദിക്കൂ...”

ക്യാമറയിൽ ഔതക്കൊച്ച്...(പുറകിൽ അന്നച്ചേടത്തിയുടെ മുഖം, കുറച്ച് മണ്ണെണ്ണ കന്നാസുകള്)

“ഈ നശിച്ച പന്നിവർഗ്ഗം കർഷകന് വലിയ ദ്രോഹമാണ് ചെയ്യുന്നത്. വളരെ സൂത്രംപിടിച്ച ജാതികളാണ്. കണ്ണുതെറ്റിയാൽ കിട്ടുന്നതെന്തും കട്ടുതിന്നും. എത്രതിന്നാലും വിശപ്പുമാറാത്ത ഇവയെ വെടിവച്ച് കൊല്ലേണ്ടത് ആവശ്യമാണ്.”

“ഇപ്പോൾ റെയ്ഞ്ചോഫീസർ ലൈനിലുണ്ട്..സർ കേൾക്കാമോ?”

“കേൾക്കാം.”

“വേമ്പേനിക്കൽ കൊച്ച് എന്ന കർഷകന് പന്നിയെ വെടിവെക്കാനുള്ള അപേക്ഷയിൽ എന്തുതീരുമാനമെടുത്തു.”

“ഇന്നലെ പഴക്കുലകളുമായി എത്തിയെങ്കിലും ആനയ്ക്ക് കൊടുക്കാനായി. പന്നിയിറങ്ങിയെന്ന് പറയപ്പെടുന്ന സ്ഥലങ്ങളൊക്കെ ഞങ്ങൾ പരിശോധിച്ച് തിരിച്ചുവന്നപ്പോൾ പഴക്കുലകൾ കാണാനില്ലാത്തതിൽ കുറച്ചുനേരം അതിനായി തെരച്ചിൽ നടത്തേണ്ടിവന്നു. എങ്കിലും കൊച്ചിനെ റെയ്ഞ്ചോഫീസിലേക്ക് വീണ്ടും വിളിപ്പിച്ചിരുന്നു. കൈയൊപ്പ് അയാളുടേത് തന്നെയാണോന്ന് പരിശോധിക്കാനായി. അത് ശരിയെന്ന് തെളിഞ്ഞിട്ടുണ്ട്. പക്ഷേ, മറ്റൊരു പ്രശ്നമുണ്ടായിരുന്നു. ആധാരത്തിന്റെ കോപ്പിയില് പന്നിയിറങ്ങിയ സ്ഥലം കൊച്ച് എന്ന കർഷകന്റെ ഭാര്യയുടെ പേരിലായിരുന്നതുകൊണ്ട് മറ്റൊരപേക്ഷകൂടി ഒപ്പിട്ടുവാങ്ങേണ്ടിവന്നു. ഇപ്പോൾ ഞങ്ങളുടെ സംഘം സംഭവസ്ഥലത്തേക്ക് വീണ്ടും പുറപ്പെടുകയാണ്.”

“ശരിസർ... പിന്നെ വിളിക്കാം..സുഭാഷിണി ചന്ദ്രശേഖർ കേൾക്കാമോ?”

“ഉവ്വ് ചേച്ചി.... ചോദിക്കൂ....”

“റേയ്ഞ്ച് ഓഫീസറും സംഘവും അങ്ങോട്ടേക്ക് പുറപ്പെട്ടിട്ടുണ്ട്. ഇപ്പോൾ പന്നി എന്തുചെയ്യുകയാണ്?”

“അത് ഇന്നലെ ബാക്കിയുണ്ടായിരുന്ന മരച്ചീനി കൂടി തിന്നുകയാണ്. രാത്രീല് വന്നത് മടങ്ങീട്ടില്ലന്നാണ് അറിയാൻ കഴിയുന്നത്.” (അങ്ങോട്ടേക്ക് വരുന്ന വനപാലക സംഘം. കൈയിൽ തോക്കുമായി വനപാലകരെ ഉറ്റുനോക്കുന്ന ഔതക്കൊച്ച്, മുറ്റത്ത് നിരത്തിയ മണ്ണെണ്ണ കന്നാസുകൾ.. ഇവയുടെ ദൃശ്യങ്ങൾ)

അതെ, വനപാലക സംഘം കൊച്ച് എന്ന കർഷകന്റെ വീട്ടുമുറ്റത്തെത്തി അദ്ദേഹത്തിന്റെ കൈയിലെ തോക്കിന്റെ ലൈസൻസും അതിലെ ഉണ്ടകളും പരിശോധിക്കുന്ന തിരക്കിലാണ്. (തോക്കിന്റെയും, ഉണ്ടയുടേയും ദൃശ്യങ്ങൾ) “ഹലോ റെയ്ഞ്ചോഫീസറല്ലേ കേൾക്കാമോ?”

“കേൾക്കാം. പറയൂ...”

“സർ..പന്നി മരച്ചീനി ഭക്ഷിച്ചുകൊണ്ടിരിക്കുകയാണ്. ഇപ്പോളതിനെ കൊല്ലുമോ എന്നാണ് പ്രേക്ഷകർ കാത്തിരിക്കുന്നത്.”

“അശ്വതി...നടപടികൾ പൂർത്തികരിച്ചിട്ടില്ല. പ്രാഥമിക നടപടികളാണ് ഇപ്പോഴും തുടരുന്നത്. മാത്രമല്ല സാമൂഹ്യസംഘടനകളും, ജനപ്രതിനിധികളുമായി ഇക്കാര്യങ്ങൾ ചർച്ചചെയ്യേണ്ടതുണ്ട്. അവരുമായി ഇതുവരെ ബന്ധപ്പെടാൻ കഴിഞ്ഞിട്ടില്ല. മറ്റൊരുപ്രശ്നം കൂടികാണുന്നുണ്ട്.. അപേക്ഷയിൽ അറുപതോളം പന്നികൾ എന്നാണ് കാണുന്നത്. ഇപ്പോൾ ഇരുപതോളം പന്നികളേയുള്ളൂവെന്നാണ് മനസ്സിലാക്കുന്നത്. അപേക്ഷയിലെ തെറ്റായ വിവരങ്ങൾ എന്തുചെയ്യുമെന്ന ആലോചനയിലാണ് ഞങ്ങളിപ്പോൾ (പന്നി കൃഷിനശിപ്പിക്കുന്ന രംഗങ്ങൾ)മാത്രമല്ല വനാതിർത്തിയിൽ കൽക്കെട്ടുകളോ, കിടങ്ങുകളോ മറ്റോ ഉണ്ടോന്ന് പരിശോധിക്കേണ്ടിയിരിക്കുന്നു. ഇല്ലെങ്കിൽ മാത്രമേ വെടിവെക്കാനുള്ള അനുവാദം കർഷകന് നല്കാൻ കഴിയൂ.”

“നന്ദി സർ... ഞാൻ തിരിച്ചുവിളിക്കാം.”

“സുഭാഷിണി നിങ്ങൾ സുരക്ഷിതരാണോ?”

“അതെ ഞങ്ങളിപ്പോ ആ വലിയപാറയുടെ മറവിലാണ്. ഇവിടെ നിന്നാൽ പന്നികൾ മനോഹരമായി കൃഷിനശിപ്പിക്കുന്നത് ചിത്രീകരിക്കാം.” (പന്നികൾ കൃഷി നശിപ്പിക്കുന്ന രംഗങ്ങൾ)

“ഇപ്പോളെന്താണ് അവിടെ നടന്നുകൊണ്ടിരിക്കുന്നത്. വനപാലക സംഘം തിരിച്ചുപോയോ?”

“ഉവ്വ് ചേച്ചി.. അവർ കൂടുതൽ നടപടിക്രമങ്ങൾ പൂർത്തികരിക്കാനായി തിരിച്ചുപോയിരിക്കുന്നു. ഇനി നാളെഎത്തുമെന്നാണ്പറഞ്ഞത്.”

“പക്ഷേ, മറ്റൊരു കാര്യമുണ്ട്... വേമ്പേനിയിൽകൊച്ച് എന്ന കർഷകനിപ്പോൾ തോക്കുമായി പന്നി നില്ക്കുന്ന ഭാഗത്തേക്ക് അതിവേഗത്തിൽ നിങ്ങുന്നതാണ് കാണുന്നത്. അദ്ദേഹത്തിന്റെ മുഖത്ത് എന്തോ പ്രത്യേകതയുണ്ടന്ന് തോന്നുന്നു. ഒരുപക്ഷേ, അനുവാദം കിട്ടാതെ അദ്ദേഹം പന്നിയെ വെടിവച്ചേക്കുമോ എന്നു സംശയമുണ്ട്.”(കർഷകന്റെ വരവും പന്നി കൃഷിനശിപ്പിക്കുന്ന സീനുകളും ഇടകലർന്ന്)

“സുഭാഷിണി അതുതന്നെയാണ് നമുക്ക് വേണ്ടത്...സെൻസേഷണൽ.. ശരി... കൊച്ച് എന്നകർഷകൻ ഇപ്പോളെന്താണ് ചെയ്യുന്നത്?”

“അദ്ദേഹമിപ്പോ തോക്ക് പന്നിക്ക് നേരെ ഉന്നം നോക്കുകയാണ്.. ആ കൈകൾ ട്രിഗറിലമരാതെ വിറയ്ക്കുന്നതായി തോന്നുന്നുണ്ട്..... ഠേ... ചേച്ചി ആദ്യവെടി അദ്ദേഹം പൊട്ടിച്ചുകഴിഞ്ഞു. ഇപ്പോൾ കാട്ടുപന്നികൾ ചിതറി ഓടുകയാണ്.”

“ശരി..ശരി വെടികൊണ്ട പന്നിയുടെ ദൃശ്യങ്ങൾ കാണിക്കൂ.”

“പക്ഷേ, ഏതിനാണ് വെടികൊണ്ടതെന്ന് നിശ്ചയമില്ല.”

“ ഉത്തരവ് കിട്ടാതെയുള്ള കർഷകന്റെ ഈ നീക്കം ചാനലിന് എക്സ്ക്ലൂസീവാണ്.”

“അതെചേച്ചി തീർച്ചയായും എക്സ്ക്ലൂസീവാണ്... പക്ഷേ, ചേച്ചി

ഇപ്പോഴൊരു നിലവിളി കേൾക്കുന്നുണ്ടോ?"

" ഉണ്ട്. അതാരുടേതാണ് വലിയ ഒരലർച്ചയാണല്ലോ കേൾക്കുന്നത്."

"അതെ ചേച്ചി, അത് എല്ലാം നഷ്ടപ്പെട്ട ഒരുകർഷകന്റെ നിലവിളി യാണ്."

"എങ്കിൽ ക്യാമറ അങ്ങോട്ടുതിരിക്കൂ."

"കഴിയുന്നില്ല ചേച്ചി..... മോഹനചന്ദ്രൻ ആകെ പരിക്ഷീണിതനാണ്.. അദ്ദേഹം ഇപ്പോൾ തന്നെ ക്യാമറ സ്വിച്ചോഫ് ചെയ്തു കഴിഞ്ഞു."

"എന്താ എന്തുപറ്റി സുഭാഷിണി വേഗം പറയൂ? പ്രേക്ഷകർ വളരെ ആകാംക്ഷയിലാണ്."

"വെടികൊണ്ടത് വേമ്പേനി കൊച്ച് എന്ന കർഷകന്റെ നെഞ്ചിൽത്ത ന്നെയായിരുന്നു. അദ്ദേഹമിപ്പോൾ സ്വന്തം കൃഷിയിടത്തിൽ രക്ത ത്തിൽക്കുളിച്ച് കിടക്കുന്നകാഴ്ചയാണ് നമുക്ക് കാണാൻ കഴിയുന്നത്. അത് ഷൂട്ട് ചെയ്യാനാകാതെയാണ് മോഹനചന്ദ്രൻ മടങ്ങുന്നത്."

തുടർന്ന് മറ്റൊരു പൊട്ടിക്കരച്ചിൽ കേട്ടതും, ടി വിയിലെ ശബ്ദങ്ങൾ മുറിഞ്ഞു പോയതും പെട്ടെന്നായിരുന്നു. ഒപ്പം അശ്വതിനടരാജൻ എന്ന ടി വി അവതാരക ആദ്യമായി വാക്കുകളില്ലാതെ പ്രേക്ഷകർക്കു മുമ്പിൽ നിന്ന നിമിഷവും....

- സത്യമെപ്പോഴും വിഷംപുരട്ടിയ അമ്പാണ്.
അത്മാർത്ഥത കയ്പ്പേറിയ അനുഭവും
രണ്ടിനേയും കരുതലോടയേ ഉപയോഗിക്കാവൂ.

ചൂരൽ വടി

ഉച്ചഭക്ഷണത്തിന് ശേഷം മുറിയിലെ ചാരുകസേരയിൽ കിടന്നു.. ഉഷ്ണമാണെങ്ങും ഉഷ്ണം. കറന്റ് മാറിനിപ്പാണ്... ഇനി എപ്പോഴാണോ ആവോ? പുറത്തെ മുറ്റത്തിന് കോണിൽ നില്ക്കുന്ന ചെറുമാവിന്റെ ശിഖരങ്ങൾ കാറ്റിലുലയുന്നു... പുറത്തത് കാറ്റിനെ കടത്തിവിടാതെ തടുക്കുന്നു. ഇപ്പോൾ കണ്ണിമാങ്ങകൾക്ക് നല്ല പൊഴിച്ചിലുണ്ട്... മൂന്ന് വർഷംമുമ്പാണ് അത് കായ്ക്കാൻ തുടങ്ങിയത്. ഒരിക്കൽ കൃഷിഫാമിൽനിന്ന് കൊണ്ടുവന്ന് നട്ട അൽഫോൻസാ ഇനമായതുകൊണ്ട് കൊഴിയുന്നതിൽ വല്ലാത്ത സങ്കടമാണ്. വിളഞ്ഞാൽ നൂറുമേനിയാണ്. ഈച്ചകളുടെ ആക്രമണമാണ് കൂടുതലും. മൊബൈൽ ടവറിന്റ അണുപ്രസരണമാണ് കൊഴിക്കുന്നതെന്ന് ചിലർ പറയുന്നു. പെൻഷൻപറ്റി ഇപ്പോൾ വായനയും തൊടിയിലെ ഫലസസ്യങ്ങളെ ശുശ്രൂഷിക്കലുമായി കഴിയുന്നതുകൊണ്ടാകാം ഇങ്ങനെയൊരാന്തലെന്ന് പറയാതെവയ്യ. തുറന്ന ജനൽപ്പാളിക്കപ്പുറം പുറത്ത് കണ്ണിമാങ്ങകൾ കൊഴിഞ്ഞുകിടക്കുന്നത് വേദനിപ്പിച്ചു. മുമ്പിലെ ടീപ്പോയ്മേൽ പത്രമാസികകൾ കിടപ്പുണ്ട്..... മാസികകൾ എന്തെങ്കിലുമൊക്കെ ഇഷ്യൂകൾ നോക്കിയാണ് വാങ്ങുന്നത്. പീഡനവും കൊലപാതകങ്ങളും, തട്ടിക്കൊണ്ടുപോകലുകളുമൊക്കെയായി വായനക്കാരെ പത്രമാസികകൾ വിഭ്രമിപ്പിക്കുകയാണ്. വാടകഗുണ്ടകളാണ്പോലും ഇപ്പോൾ വലിയവർക്കു വേണ്ടി കൃത്യങ്ങളൊക്കെ നടത്തുക.

എന്താണേലും നാടും നഗരവുമൊക്കെയിന്ന് വലിയ പ്രതിസന്ധികളിലൂടെയാണല്ലോ കടന്നുപോകുന്നതെന്ന് ഉൽക്കണ്ഠപ്പെട്ടു. പുറത്തിറങ്ങാൻതന്നെ ഭയമാകുന്നു. ഷുഗറിന്റെ പിടുത്തമാകണം ക്ഷീണവും മയക്കവും തോന്നി....മയങ്ങിപ്പോയി.

“സോമൻപിള്ള സാറിന്റെ വീടല്ലേ?”പുറത്താരോ വിളിക്കുന്നത് മയ

ക്കത്തിലറിഞ്ഞു. രണ്ടാമത്തെ വിളിയിൽ അതേല്ലോ എന്നും പറഞ്ഞ് ഭാര്യ കതക് തുറക്കുന്നതും കേട്ടു.

പിന്നീട് "ദേ ഒരാൾ കാണാൻ വന്നിരിക്കുന്നു" എന്നും പറഞ്ഞ് ഭാര്യ മുറിക്കുമുമ്പിൽ വന്ന് പോയി. ഞാൻ ഗസ്റ്റ്മുറിയിലായിരുന്നതുകൊണ്ട് വീടിനുള്ളിലേക്ക് കയറാതെ നേരിട്ട് എന്റെ മുറിയിലേക്ക് ആളുകൾക്ക് വരാമായിരുന്നു. മയക്കത്തെ കുടഞ്ഞ് നടുനിവർത്തിരുന്നു.

ആഗതൻ നല്ല ഉയരമുള്ള ഒരു ചെറുപ്പക്കാരനാണ്...ആളെ മനസ്സിലായില്ല..താടി നീട്ടിവളർത്തിയിരിക്കുന്നു... തലമുടി മുകളിലേക്ക് ഫ്രീക്കായി നില്ക്കുന്നു... നരച്ച ജീൻസും ബ്രൗൺ ബനിയനും. തോളിൽ ഒരു ബാഗുമുണ്ട്... ചെറുപ്പക്കാരൻ വന്നപാടെ കാലിൽ തൊട്ട് നിറുകയിൽ വച്ചു..

"മാഷെ...മാഷ്ക്ക് സുഖമാണോ?" അയാളുടെ പറച്ചിലിൽ ഒരാന്തലുണ്ടന്ന് തോന്നി.

"ഓ സുഖം." എന്നുപറഞ്ഞ് ആ നീണ്ട മുഖവും ഭാവവും ഓർമ്മയുടെ അച്ചിലിട്ട് രാകി.. മുപ്പതുവർഷത്തോളം സ്കൂളിൽ ജോലിചെയ്ത് പിരിഞ്ഞ എനിക്കീ മുഖം എത്ര തപ്പിയിട്ടും കിട്ടുന്നില്ലല്ലോന്ന് വ്യാകുലപ്പെട്ടു. ശിഷ്യഗണത്തിൽ ആരെങ്കിലുമാവാം...ചിലർ വലിയ ജോലികിട്ടി വിദേശത്തൊക്കെ പോയിവരുമ്പോൾ ഇങ്ങനെ സന്ദർശനം നടത്താറുണ്ട്. പക്ഷേ, ഇതങ്ങനെ അല്ലല്ലോന്ന് ഞെരുങ്ങി. "ഇരിക്കൂ." ഞാൻ പറഞ്ഞു.

"വേണ്ട മാഷെ ഞാൻ നില്ക്കാം.."എത്രവിനയമാണ് ചെറുപ്പക്കാരന്, പക്ഷേ, ഓരോ വാക്കിലും ഭാവത്തിലും അനിർവ്വചനീയമായ ഒരു വിറയൽ തൊണ്ടയിൽ തടയുന്നുണ്ട്

"എന്താ പേര്?"

"സുബീഷ്."

"എന്താവന്നത്?"

"മാഷിനെ ഒന്നുകാണാനും മാപ്പുചോദിക്കാനും."

"മാപ്പോ എന്തിന്!" മയക്കത്തിന്റെ തേരട്ടകളെ പറിച്ചെറിഞ്ഞ് ഞാനെണീറ്റ് ചെറുപ്പക്കാരന് അഭിമുഖമായി നിന്നു, പിന്നെ ആ കണ്ണിലേക്ക് സൂക്ഷിച്ച് നോക്കി. അവിടെ ചെമപ്പിന്റെ ചേക്കേറലുകൾ കുമിക്കുന്നു.

ജീവിതത്തിൽ ഒരുപരിചയവുമില്ലാത്ത ഒരു ചെറുപ്പക്കാരൻ വന്ന് മാപ്പുചോദിക്കുന്നു...പിന്നെ ഓരോ വാക്കുകളും സ്വന്തം താടിയിലേക്കും മുടിയിലേക്കും സംയോജിപ്പിച്ച് അസാധാരണമായി അത് പിടിച്ചുലയ്ക്കുന്നു. ഇയാൾക്ക് എന്തോ പ്രശ്നമുണ്ട്,... ശ്രദ്ധിക്കണം... ചിലപ്പോൾ ആളുമാറിയതാവാം. അല്ലെങ്കിൽ വീട് മാറിയതാവാം. ഞാൻ രണ്ടടി പുറകോട്ട് വച്ചു.

"മാഷ് പാലമൂലേന്ന് പോയത് ഞാൻ അറിഞ്ഞില്ല. ഏറെ അന്വേഷിച്ചാണ് ആറാട്ടുകാവിലെ ഈ വീട് കണ്ടുപിടിച്ചത്."

ഓഹോ അപ്പോ എന്നേക്കാണാൻ തന്നെയാണ് വരവ്... പക്ഷേ???

ഞാൻ ടീപ്പോയിലെ മാസിക ഒന്നെടുത്ത് ദേഹത്തെ ചൂടു തട്ടിക്കളയാൻ നോക്കി. അത് വഴങ്ങുന്നില്ല.

ഏതാണ്ട് പത്ത് വർഷം മുമ്പാണ് പാലമൂല സ്കൂളീന്ന് മാറ്റംവാങ്ങി ഇങ്ങോട്ട് പോന്നത്. രണ്ട് വർഷം മുമ്പ് പെൻഷനുംപറ്റി ഇങ്ങനെയിപ്പോൾ ചെടികൾക്കും പൂക്കൾക്കുമൊപ്പം കഴിയുകയാണ്. മകനും മകളും ജോലി കിട്ടി മകൾ ഡൽഹിയിലും മകൻ അമേരിക്കയിലും ആയതുകൊണ്ട് വർത്തമാനം പറയാൻപോലും ആളില്ലാത്ത സ്ഥിതി....ഭാര്യ സ്കൂളിലേക്ക് പോയാൽ, ചെടികളാണ് കൂട്ട്. മക്കളെ വളർത്തി വലുതാക്കിയിട്ട് വയസ്സാൻ കാലത്ത് ഒറ്റയ്ക്കായല്ലോ എന്ന വിഷമം വേറെ....അപ്പോഴാണ്...ഇയാളുടെ വരവ്.

"പാലമൂലയിലാണോ വീട്?" ഞാൻ ചോദിച്ചു

"അല്ല...കാപ്പിമുക്കിലാണ് പക്ഷേ, പാലമൂല സ്കൂളിലാണ് പഠിച്ചത്."

"ഓഹോ...ഞാൻ പാലമൂല സ്കൂളിലെ അദ്ധ്യാപകനായിരുന്നു."

"അറിയാം."

"എങ്ങനെ?"

"ഞാൻ അവിടെയാണ് പഠിച്ചത്."

ഞാൻ ഒന്നുകൂടി കിണഞ്ഞുനോക്കി. കഴിയുന്നില്ല. പുറത്തെ നടപ്പു കണ്ടിരുന്നെങ്കിൽ ആളെ മനസ്സിലാക്കാമായിരുന്നു.. ഇതിപ്പോ പെട്ടെന്ന് മുമ്പിൽ വന്നയാളെ എങ്ങനെ മനസ്സിലാക്കാൻ! ഒരുപക്ഷേ, ഈ നീണ്ട താടിയും മുടിയുമില്ലായിരുന്നെങ്കിൽ...... ഹോ.. കാലമിങ്ങനെ മനുഷ്യനെ വല്ലാതെ മാറ്റിക്കളയും. അപ്പോൾ മാവിൽ ഇരട്ടവാലൻ പക്ഷികൾ തിമർക്കുന്ന ഒച്ചകേട്ടു. കഷ്ടം കണ്ണിമാങ്ങകളെയെല്ലാം അതുകൊഴിക്കുകയാണ്..പക്ഷികളെ ആരും ഓടിക്കാറില്ല. പ്രകൃതി കിളികളുടേതാണ്.

"ഞാൻ പഠിപ്പിച്ചിട്ടുണ്ടോ?"

"ഉണ്ട്. എട്ടാംക്ലാസിൽ."

"ഓഹോ! പേരെന്താ പറഞ്ഞത്?"

"സുബീഷ്."

പെട്ടന്ന് നെഞ്ചിൽ ആരോ ഒരു വെട്ടുവെട്ടിയതായിതോന്നി. പൊടുന്നനെ പിടുത്തംവിട്ട മുണ്ട് ഒന്നുകൂടി കേറ്റിക്കുത്തി. ഉഷ്ണം വല്ലാത്ത ഉഷ്ണം..അതുവകവെക്കാതെ അവന്റെ ഇരുതോളിലും കൈവച്ച് പറഞ്ഞു.

"നീ...നീ...സുബീഷാണോ!......നിന്നെ കണ്ടിട്ട് മനസ്സിലായില്ലല്ലോ!"

"മനസ്സിലാക്കല്ലേ എന്നുതന്നെയാണ് മാഷെ....എന്റെയും.."

"എന്താ നിന്റെ മുഖമിങ്ങനെ വിളറുന്നത്....വാക്കുകൾ വിറകൊള്ളുന്നത്?"

"തെറ്റുചെയ്തവന്റെ മുഖവും വാക്കും ഇങ്ങനെതന്നെയല്ലേ മാഷേ."

"നീ ഇപ്പം എവിടാ?"

"കൊച്ചീല്. "

"എന്താ ജോലി?"

"ജോലി.. ജോലി അങ്ങനെയൊന്നുമില്ല മാഷെ... എന്തുജോലിയും

ചെയ്യും.''

അവന്റെ തൊണ്ടകുത്തിപുറത്തിട്ട വാക്കുകളിൽ എനിക്കൊരാന്തലുണ്ടായി..... ശരീരം മുഴുവൻ ഉഷ്ണം പെരുത്തു. അവൻ എന്റെ കാലിൽ വീണ് കരയാൻ തുടങ്ങി. ''ക്ഷമിക്കണം മാഷെ.... എന്നോട് ക്ഷമിക്കണം.'' എനിക്കനങ്ങാൻ കഴിഞ്ഞില്ല. പെട്ടെന്ന് കട്ടിലിന്റെ മുഖപ്പിൽ ഞാൻ ബലത്തിൽ പിടിച്ചു.

''അയ്യേ....എണീക്ക് സുബീഷേ ...എനിക്ക് നിന്നോട് ഒരു ശത്രുതയും ഇന്നുവരെ തോന്നീട്ടില്ല.''

''ഒരദ്ധ്യാപകനും അങ്ങനെയാകാൻ കഴിയില്ലന്ന് ഞാൻ പഠിച്ചു മാഷെ.''

ഭാര്യ പെട്ടെന്ന് ഒരു മിന്നായംപോലെ പ്രത്യക്ഷപ്പെട്ട് അവളുടെ സാന്നിദ്ധ്യം അറിയിച്ചു. പിന്നെ സുബീഷിനെ കരയാൻ അനുവദിച്ച് വേഗത്തിൽ തിരിച്ചുപോയി. അവളും ആറാട്ടുകാവ് സ്കൂളിലെ ടീച്ചറാണ്. പെൻഷനാകാൻ മൂന്നുവർഷം ഇനിയും വേണം.

ഒരുപക്ഷേ, അവൾക്കിങ്ങനെ ഒരനുഭവം ഉണ്ടായിട്ടുണ്ടോന്ന് ചിന്തിച്ചു. സുബീഷിനെ ഒരുവിധം ഞാൻ പിടിച്ച് കസേരയിൽ ഇരുത്തി. മറ്റൊരുകസേരയിൽ ഞാനുമിരുന്നു. എനിക്കവനോട് വല്ലാത്ത ഒരിഷ്ടവും സങ്കടവും തോന്നി. അവന്റെ മാനസികാവസ്ഥ ചിതറിക്കിടപ്പാണ്. എങ്ങനാണൊന്ന് സമാധാനിപ്പിക്കുക. നിറയെ ചിത്രത്തുന്നലുകളുള്ള തൂവാല നഷ്ടപ്പെവനെപ്പോലെ ഞാനിരുന്നു.

''ആകട്ടെ നീ എന്തിനാ എന്നെകാണാൻ വന്നത്?''

''മാഷിന്റ കൈയീന്ന് ഒരു തല്ലുവാങ്ങാൻ.''

എനിക്ക് വീണ്ടും ഒരു വിറയലുണ്ടായി ശരീരമാസകലം.... പത്ത് മുപ്പത് വയസ്സുള്ള ആളെ തല്ലുകയോ. ചിന്തിക്കാൻ തന്നെ കഴിയുന്നില്ല... സുബീഷ് പെട്ടെന്ന് ബാഗ്തുറന്ന് ഒരുകടലാസുപൊതി പുറത്തെടുത്ത് അതിൽ വളച്ച് കെട്ടിവച്ചിരുന്ന ഒരു ചൂരൽവടി പുറത്തെടുത്ത് നിവർത്ത് വായുവിൽ വീശി.. അതിന്റെ ഒച്ച എന്റെ കർണ്ണപുടങ്ങളെ വെപ്രാളപ്പെടുത്തി. ഹോ എന്തൊരൊച്ചയാണതിന്. കുട്ടികളെ തല്ലുന്നത് ഇഷ്ടമായിരുന്നില്ല. വളരെ അപൂർവ്വമായിട്ടേ അത് ചെയ്തിരുന്നുള്ളൂ.

''ഇതാ ഇതുപിടിക്ക് മാഷേ.'' അവൻ പെട്ടന്ന് ചൂരൽവടി എന്റെ നേർക്ക് നീട്ടി.

''എന്താ സുബീഷ് ഇത്? നീ ഇപ്പോ കൊച്ചുകുട്ടിയൊന്നുമല്ല.'' ഇരട്ടവാലൻ പക്ഷികളപ്പോൾ ജനൽപ്പടിയിൽ വന്നിരുന്ന് കലപിലകൂട്ടുകയാണ്.

''ആണ് മാഷേ... ശരിക്കുമൊരു കൊച്ചുകുട്ടി. ഞാനിപ്പോളാ അറിയുന്നേ ഞാനൊട്ടും വളർന്നിട്ടില്ലന്ന്.''

ഞാനാചൂരൽ വടി മേടിച്ച് വാതിലൂടെ പുറത്തേക്കെറിഞ്ഞു.. ഭാര്യയപ്പോൾ വാതിലിലൂടെ പ്രവേശിച്ച് തണുത്ത നാരങ്ങാ വെള്ളം രണ്ട് ഗ്ലാസ് ടീപ്പോയ്മേൽ വച്ച് ശബ്ദമില്ലാതെ പോയി.. ഗ്ലാസിനടിയിൽ ഊറാത്ത

ഐസ് പരലുകൾ ഇളകുകയാണ്. അത്നോക്കി സുധീഷ് ഇരുപ്പാണ്. അവന്റെ കണ്ണിൽ കടൽ തിളയ്ക്കുന്നു.

സുബീഷിപ്പോൾ കുട്ടിയാണ്. പാലമൂല സ്കൂളിലെ-നീല പാന്റ്സും വെള്ളയിൽ നീലവരകളുമുള്ള ഷർട്ടുമിട്ട് നല്ല സ്മാർട്ടായ കുട്ടി. മറ്റുകുട്ടികളുടെ പേടിസ്വപ്നം.

“ഉണ്ണിമോഹൻ എവിടാ?” ഞാൻ ചോദിച്ചു.

“ഡൽഹിയിൽ മെക്കാനിക്കൽ എഞ്ചിനീയറാ.”

“എങ്ങനറിയാം?”

“വരുമ്പോഴൊക്കെ എന്നെ അന്വേഷിച്ച് വീട്ടിൽ വരുമെന്ന് അറിയാം. പക്ഷേ, കാണാറില്ല.”

“നിന്റെ അമ്മയും സഹോദരിയും?”

“സഹോദരിയെപ്പറ്റി അറിയില്ല..അമ്മ രോഗമായി കിടപ്പാണ്....”

“അയ്യോ...എന്തുപറ്റി?”

“ക്യാൻസറാണ് മാഷെ.”

പിന്നെ ഒന്നും ചോദിക്കാൻ തോന്നിയില്ല. അവന്റെ വാക്കുകളിലും മുഖത്തും ഭീതിദമായ എന്തോ ഒളിച്ചിരിക്കുന്നു. മുറ്റത്തപ്പോൾ പക്ഷികൾ കൊത്തിയിടുന്ന കണ്ണിമാങ്ങകൾ തുരുതുരെ വീഴുന്നതറിഞ്ഞു. ഒരെണ്ണം ജനാലയിൽ തട്ടി മുറിയിലെ ബെഡിലേക്കാണ് വീണത്. മനോഹരമായ വെളുത്ത ഷീറ്റിലത് അനക്കമറ്റ് കിടന്നു. സങ്കടം തോന്നി നന്നായി മൂത്ത് പഴുക്കേണ്ട രുചിയുള്ള മാങ്ങ.

പരസ്പരം തല്ലുകൂടുന്ന കുട്ടികളെ ശിക്ഷിക്കാനും ശകാരിക്കാനും പറ്റാത്ത വർത്തമാനകാലം ഹൃദയത്തിൽ പുഴുക്കുത്തായി നീറി. കുട്ടികളെ വലിയവരാക്കുന്നത് അദ്ധ്യാപകരല്ലേ.....അല്ല മാതാപിതാക്കളാണ്...രണ്ടും ശരിയാണ്... വീട്ടിൽ കുട്ടികളെ ഒരുവഴക്കുപോലും പറയാതെ ലാളിക്കുന്നവരുണ്ട്. സ്നേഹം മൂത്ത് താളത്തിന് തുള്ളുന്നവരെക്കുറിച്ച് കേട്ടറിവുണ്ട്. കുട്ടികളുടെ മനസ്സ് വിഹ്വലമാണ്...അതു കൂട്ടിത്തുന്നേണ്ടത് അദ്ധ്യാപകരാണ്.

ബാത്ത്റൂമിന് പുറത്ത് മണ്ണിൽവീണുരുണ്ട് അടിയുണ്ടാക്കുന്ന ഉണ്ണിമോഹനേയും സുബീഷിനേയും മറ്റ്കുട്ടികളാണ് ഓടിവന്ന് കാട്ടിത്തന്നത്. രണ്ടുപേരുടേയും തുടയ്ക്ക് തല്ലി. തുടയിലെ ആദ്യ അടി തുടുത്ത സുബീഷിന്റെ കവിളത്താണ് വടിത്തുമ്പ് തട്ടിയത്. പക്ഷേ, സുബീഷാണ് പൊലീസിനോട് പരാതിപ്പെട്ടത്. അവന്റമ്മയാണ് പരാതിക്കാരി. ഉണ്ണിമോഹന്റെ അച്ഛൻ കുട്ടികളെ ആവശ്യമെങ്കിൽ ശിക്ഷിക്കേണ്ടത് അദ്ധ്യാപകരുടെ കടമയെന്നാണ് പറഞ്ഞത്. പൊലീസിന്റെ മുമ്പിൽ സുബീഷ്, വടിക്ക് ഞാൻ കവിളിൽ കുത്തീന്ന് തറപ്പിച്ചു. അവന്റെ മുഖവും കണ്ണുകളുമപ്പോൾ കോപത്തിൽ ചോരച്ച് കിടന്നത് ഓർത്തു. പിന്നെ കേസ്.. ആറുമാസം സസ്പെൻഷൻ. മകനെ തല്ലിയതിൽ സുബീഷിന്റെ അമ്മ പിറ്റേന്ന് പറഞ്ഞ അസഭ്യം കാലത്തിന്റെ വല്ലാത്ത ചതിക്കുഴിതന്നെ. അദ്ധ്യാപർ മക്കളെ ശിക്ഷിക്കുന്നത് ഒരമ്മയും സഹിക്കില്ലന്ന്. ശരിയല്ലേ കോപം മൂത്ത് കുട്ടി

കളെ തലങ്ങും വിലങ്ങും തല്ലുന്ന അദ്ധ്യാപകരുണ്ട്.. ശിക്ഷയല്ല വിദ്യയാണ് വേണ്ടത്. പെറുക്കിയെടുക്കാൻ ഒരുപിടിമതി പോലും. ക്ലാസിലും പുറത്തും സുബീഷ് കുഴപ്പക്കാരനും പഠിക്കാത്തവനും അദ്ധ്യാപകർക്ക് തലവേദനയുമായിരുന്നു. പലപ്രാവശ്യം അവന്റമ്മയോട് വിവരം പറഞ്ഞപ്പോൾ അവർ ചീറ്റപ്പുലിയായി സ്വന്തം മകൻ മര്യാദക്കാരനെന്ന സർട്ടിഫിക്കറ്റ് തന്നു.. പത്തിൽതോറ്റപ്പോഴും അവർ ചീറിയത് അദ്ധ്യാപകരുടെ കുഴപ്പമെന്നാണ്. എത്ര ശ്രമിച്ചാലും കുഴപ്പം മറുപുറംനിന്ന് പല്ലിളിക്കും.

"നിന്റ മുഖത്ത് പാടുണ്ടോ?" ഞാൻ ചോദിച്ചു.

"അതിപ്പോൾ ഹൃദയത്തിലേക്ക് നൂഴ്ന്ന് കഴുകനെപ്പോലെ അവിടം കൊത്തിവലിക്കുകയാണ് മാഷെ എത്ര കഴുകിയാലും പോകാത്ത വിധം അതവിടെ ചോരച്ചുകിടക്കുന്നു."

അവൻ താടിപിടിച്ച് വല്ലാതെ വലിക്കുകയാണ്...അത് മുറിഞ്ഞ് വീണേക്കാമെന്ന് ഭയന്നു.

"നീ എന്തിനാണിങ്ങനെ താടിയും മുടിയുമൊക്കെ പിച്ചുന്നത്, ഇങ്ങനെ സ്വയം മുറിവേല്ക്കുന്നത്?"

"എനിക്ക് സ്വയം മുറിവേല്ക്കണം മാഷേ. എന്റെയമ്മ ചെറുപ്പത്തിൽ ഒന്നടിച്ചിരുന്നെങ്കിലെന്ന് ഞാനിപ്പോൾ വേവുകയാണ്."

അവന്റെ മുഖം ജാള്യത്തിൽ തുള്ളിത്തുളുമ്പുകയാണ്. എനിക്കപ്പോൾ ഉന്മാദം തോന്നി. ഞാൻ പറഞ്ഞു.

"നീ ഇപ്പോഴാണ് വിജയിച്ചത്."

അവനപ്പോൾ മനസ്സിലാകാതെ വല്ലാത്ത വീർപ്പുമുട്ടലോടെ എന്നെ നോക്കി.

"മാഷ് എന്താ പറഞ്ഞത്?"

"ഈ തിരിച്ചറിവാണ് നിന്റെ വിജയം. നോക്കൂ..നിനക്ക് മുമ്പിൽ കാലം ഇനിയും കാത്തുകിടപ്പാണ്."

അവനപ്പോൾ നിറകൺതടങ്ങൾ തുടച്ച് എന്നെ വല്ലാതെ ഉറ്റുനോക്കി.

അവന്റ ചിറിക്കോണിൽ മൃദുസ്മിതം പൊട്ടിയോ...അറിയില്ല...പൊടുന്നനെ അവൻ പുറകോട്ട് തിരിഞ്ഞ് ബെഡ്ഡിൽവീണ പുഴുകുത്തിയ കണ്ണിമാങ്ങ എടുത്തു കൈവെള്ളയിലിട്ട് തിരിച്ചുംമറിച്ചും സൂക്ഷിച്ചുനോക്കുകയാണ്. പെട്ടന്നവൻ ചോദിച്ചു.

"ഇതുതിന്നാൻ കൊള്ളുമോ മാഷേ?"

"ഇല്ല ഒട്ടും കൊള്ളില്ല. "ഞാൻ പറഞ്ഞു.

അന്നേരമവനത് ഊക്കോടെ പുറത്തേക്ക് വലിച്ചെറിഞ്ഞു. അപ്പോൾ മാവിൻകൊമ്പിലെ ഇരട്ടവാലൻ പക്ഷികൾ ഭയന്ന് ചിറകടിച്ച് പറക്കുന്നത് കേട്ടു. ഇപ്പോൾ എന്നോടവൻ വിനയത്തോടെ ചോദിച്ചു... "മാഷെ ഒരുനല്ല കണ്ണിമാങ്ങ ഞാൻ പറിച്ചോട്ടെ?"

- ജീവിതം ഓരോരോ നിറങ്ങളാണ് പച്ച, മഞ്ഞ, കറുപ്പ്, ചുവപ്പ് എന്നിങ്ങനെ പക്ഷെ വെയിലിനെ അതിജീവിക്കാൻ ഒരുനിറത്തിനുമാവില്ല.

ജനലഴിയിലെ പാമ്പ്

"**അ**യ്യോ പാമ്പ്."

ഷാഹിന ഞെട്ടി എഴുന്നേറ്റ് ജനാലയിലേക്ക് നോക്കി. അതവിടെ ത്തന്നെയുണ്ട്. കമ്പിയഴികളിൽ ചുറ്റിപ്പിണഞ്ഞ്, പത്തിവിരിച്ച് നാവ് നീട്ടി തന്നെ ഭയപ്പെടുത്തിക്കൊണ്ട്. വലിയപാമ്പ്, രാജവെമ്പാലതന്നെ. ഇളംപച്ച വർണ്ണകർട്ടനിടയ്ക്ക് പൊഴിക്കാത്ത ശല്ക്കങ്ങളുമായി തലവലിച്ചും പുറ ത്തേക്കിട്ടും എന്തിനോ തക്കം നോക്കുകയാണ് പാമ്പ്. അവൾ അറയിലെ ബെഡ്ഡിൽ ഇരുന്നുകൊണ്ടുതന്നെ എന്തുചെയ്യണമെന്നറിയാതെ സ്വയം വായപൊത്തി. ഒച്ചയിട്ടാൽ കുട്ടികൾ ഉണർന്ന് കരയും. സുറാബും, സാജി റയും നല്ലയുറക്കത്തിലാണ്. എന്താണ് ചെയ്യുക നിഷാന്ത് രണ്ടുദിവസ മായി വന്നിട്ടില്ല. അയാളുടെ ബാപ്പയും ഉമ്മയും ഇപ്പോ സന്ദർശനമില്ല. കടൽക്കരയിലെ ഈ വലിയ വീട്ടിലെ മട്ടുപ്പാവിൽ ഒറ്റയ്ക്കെങ്ങനെയാണ് ഈ കുട്ടികളുമായി കഴിയുക. ഇത്രയും വലിയ ഈ പാമ്പ് എങ്ങനെ യാണ് ഇത്രയും വലിയ വീട്ടിലേക്ക് നുഴഞ്ഞെത്തിയത്. താനൊറ്റയ്ക്കാ ണെന്ന് അറിഞ്ഞിട്ടോ? അവൾ ഭയന്നു. കഴിഞ്ഞദിവസം പാമ്പിനെ കണ്ട കാര്യം അയൽക്കാരി റജീനത്താത്തയോട് പറഞ്ഞപ്പോൾ അവർ ചിരിച്ച്... ഇതിനുള്ളിൽ പാമ്പ് വരാൻ സാദ്ധ്യതയില്ലെന്നും തോന്നലാണന്നും പറഞ്ഞ് കളിയാക്കി. ആ പാമ്പാണ് ഇപ്പഴും ജനലഴികളിൽ തൂങ്ങി തന്റെ നേരെ പത്തിയാട്ടുന്നത്. അത് പോയിട്ടില്ലായിരുന്നു. വീടിനുപുറകിൽ പൊന്തയാണ്. അവിടെനിന്നാവും അത് വരിക. റജീനത്താത്തയുണ്ടായി രുന്നേൽ കാട്ടാമായിരുന്നു. മാർബിൾ പടവുകൾകേറി പാമ്പ് ജനാലയി ലേക്ക് എത്തണമെങ്കിൽ ചില്ലറകാര്യമല്ല...നിഷാന്തിനെ വിളിച്ചു പറയാം... അവൾ ശ്രമിച്ചു..

കവേറേജിന് പുറത്താണന്ന്... ശ്ശോ എന്താ ചെയ്ക?

അവൾ കണ്ണുപൂട്ടി കരഞ്ഞു.. പുറത്തിറങ്ങി ആരോടെങ്കിലും പറയാമെന്നുവച്ചാൽ കുട്ടികളെ കൂട്ടുക എളുപ്പമല്ല.. എഴുന്നേറ്റ് അവർ പാമ്പിനെ കണ്ടാൽ ഭയന്നേക്കാം.

ജനാലയ്ക്കപ്പുറം പുറത്തെ ഊക്കൻ ആഞ്ഞിലിമരത്തിന്റെ പടർപ്പൻ ശിഖരങ്ങൾക്കിടയിലൂടെ അകലെ കടൽ കണ്ടു. അതിന്റെ ഇരമ്പം അവ

ളുടെ ചെവിയെ തുളച്ചു. ദൂരെ രക്തവർണ്ണങ്ങൾ ചിതറുന്നു. അതിനുകീഴെ അലയാഴി അലറുന്നു...മട്ടുപ്പാവിലെ മുറിയിലവൾ പാമ്പിനെ കണ്ണിമയ്ക്കാതെ നോക്കി...കരയാനല്ലാതെ എന്തുമാർഗ്ഗം. ഭയത്തിന്റെ കണ്ണീർച്ചാലുകളെ കുടയാനാവാതെ അവൾ മരിച്ചിരുന്നു. കടൽച്ചുഴികളുടെ ആഴമെത്രയളന്നിട്ടും നിലയില്ലാക്കയമെന്നപോലെ ഹൃദയം നിലവിളിച്ചു. ജനാലയിലൂടെ സൂചിക്കുത്തായി സൂര്യ കിരണങ്ങൾ. കൂറ്റൻ മരശിഖരമിളകുകയാണ്. അപ്പോൾ ശിഖരങ്ങളിൽ പക്ഷികൾ ഇളകി. പൊത്തുകളിൽ പാമ്പുകൾ ഇഴഞ്ഞു.

ഫോണിൽ റജീനത്തായെ വിളിക്കാം...

റജീനത്താ പാഞ്ഞുവന്നപ്പോൾ ഷാഹിന വിറയലോടെ പറഞ്ഞു.

“നോക്കൂ റജീനത്താ ആടെപാമ്പ് ഞാൻ പറഞ്ഞില്ലേ..അത് പോയിട്ടില്ല.”

“എവിടെ?”

“ദാ ആ ജനൽക്കമ്പിമേല് ചുറ്റിപ്പിണഞ്ഞ് കിടക്കുന്നു.”

ഹഹഹ റജീനത്തായുടെ ചിരികേട്ട് ഷാഹിന അമ്പരന്നു..

“അനക്ക് ഭ്രാന്തു പുടിച്ചാ മോളെ..അത് പാമ്പല്ല... അന്റെ ചുരിദാറിന്റെ ഷാളല്ലേ.”

“അല്ല പാമ്പാണ്. ”

ഷാഹിന നോക്കിയതും പാമ്പ് എങ്ങോട്ടോ പോയതായി കണ്ടു. അവൾ അമ്പരന്നു..തന്നെ ആരും വിശ്വസിക്കുന്നില്ല... സത്യമായിട്ടും ആ പാമ്പ് അവിടെയുണ്ടായിരുന്നു. വലിയനീളവും വണ്ണവുമുള്ള ഒന്ന്. ആരോടാണ് പറയുക? ആരാണ് വിശ്വസിക്കുക? ഇപ്പോൾ ആകെ കൂട്ടിനുള്ളത് റജീനത്താത്ത മാത്രം. അവർ ചെറുപ്പമാണ്, രസികയും, അഴകിനൊത്ത് ശരീരവടിവുള്ളവൾ. അവൾ ചുരിദാറാണ് ഇടുക. ഷാഹിന പർദ്ദയും.

പെൺശരീരവടിവുകൾ ആണിനുള്ളതാണ് അതവർ കാണാതിരുന്നാൽ ഒരുരസവുമില്ല ഷാഹിനെ..... അതിന് മതവുമായി ബന്ധമില്ല.

അതുംപറഞ്ഞ് ഒരിക്കൽ റജീനാത്താ ചിരിച്ചു. വല്ലപ്പോഴുമുള്ള റജീനത്തായുടെ വരവും വാക്കുകളും ആശ്വാസമാണ്. അവരുടെ വാക്കുളെപ്പോഴും ഇങ്ങനെ നിരാകരണത്തിന്റെ ചാട്ടുളികളാണ്. എവിടെയൊക്കയോ തറച്ച് കേറുകയാണ്, വേണ്ടവർക്ക് ഹൃത്തിൽ മടക്കിസൂക്ഷിച്ചുവെക്കാവുന്നത്. ചുരിദാർ മോഹം ഉപേക്ഷിച്ചതിന്റെ കലിപ്പ് ഷാഹിനയുടെ മുഖത്ത് തിണർത്തത് കണ്ട് അവർ താടിപിടിച്ചുയർത്തി ചോദിച്ചു

അനക്കും ആഗ്രഹമില്ലേ മോളേ?

ഉണ്ടന്നോ, ഇല്ലന്നോ പറഞ്ഞില്ല. ഉള്ളത് നെഞ്ചിൽ കെട്ടിനിന്നു.

അവരുടെ കൈയിലെപ്പോഴും പിഎസ് സി ഗൈഡ് കാണാം. പതിനായിരം ചോദ്യങ്ങളുടെ ഗൈഡ്. അടുത്തമാസാണ് പരീക്ഷ. ലാസ്റ്റ് ഗ്രേഡ് പരീക്ഷ എഴുതി സർക്കാർ ജോലികിട്ടിയാൽ രക്ഷപ്പെട്ടൂന്നാ റജീനത്താ

പറയുന്നത്.

അതുനോക്കി ചോദിച്ചു. "എന്നാ പി എസ് സി പരീക്ഷ?"

"അടുത്തന്നെയുണ്ട് മോളെ.."

ഒരിക്കല് റജീനത്താ അതുതുറന്നു പറയുകയും ചെയ്തു.

"ജയിച്ച് ജോലികിട്ടിയാല് പോക്കറെ പേടിക്കേണ്ടല്ലോ മോളെ. അഥവാ പോക്കറ് മൊയിചൊല്ലിയാലും സർക്കാരുജോലികൊണ്ട് എനക്ക് കഴിയാല്ലോ. കുട്ടികളില്ലാത്തത് നമ്മുടെ കുറ്റമല്ല. പടച്ചോനാ തരേണ്ട ത്"

ഒരാൾ പറയുമ്പോഴാണ് മറവികൾ ഓർമ്മകളാകുന്നത്. സത്യമതല്ലേ പെണ്ണെന്തിന് ഇങ്ങനെ പൊതിഞ്ഞ് സൂക്ഷിക്കപ്പെടണം, ശ്വാസംമുട്ട ണം......ഷാഹിനയ്ക്കപ്പോൾ സ്വന്തം തട്ടവും പർദ്ദയും ഊരിയെറിയാൻ തോന്നി.. പക്ഷേ, വേണ്ട നിഷാന്തിന് അത് ഇഷ്ടമല്ല...പർദ്ദമതീന്ന് പറഞ്ഞ് ഇഷ്ടപ്പെട്ടല്ലേ വന്നേന്ന് ഒരിക്കൽ അനിഷ്ടത്തോടെയാണ് മുറുമുറുത്ത ത്. പാരിസ്ഥിതികമായ തോന്നലുകളാണ് മനസ്സ്. എല്ലാ ശരികളും ഊറ യ്ക്കിടുന്ന ഒരിടമാണ് ജാതി, അവിടെ പുകയിൽ വെന്തുകിടന്നാൽ മതീന്നാണ് അവരവരുടെ വാദം. ആദ്യമൊക്കെ അതൊരു അഭിമാനമാ യിക്കരുതി. പിന്നീട് സ്വാതന്ത്ര്യത്തിന്റെ അതിരുകൾ കൊട്ടിയടയ്ക്കപ്പെ ട്ടുവെന്നും.

ഇപ്പോൾ നിഷാന്തിന്റ മനസ്സ് തെന്നിത്തുടങ്ങുന്നു... മുലകൊടുത്ത് ഉറക്കിയ സുറാബും, സാജിറയും ബെഡ്ഡിൽ നെഞ്ചനക്കിയുറങ്ങുന്നതു നോക്കി അവൾ നെടുവീർപ്പെട്ടു. കുട്ടികളുടെ കാര്യത്തിൽ നിഷാന്തിന് ചില സിദ്ധാന്തങ്ങളുണ്ട്..തനിക്കത് ആവൂല്ല...രണ്ടുമതി എന്നുതന്നെയാണ് തന്റെ വാദം....

"കുട്ടികളെ പടച്ചോൻ തരുന്നതാണ്..അതിനെ പര്യത്യജിക്കരുത് ഷാഹിനേ." നിഷാന്ത് ഖണ്ഡിക്കുന്നു

"എന്നെയങ്ങനെമാത്രമായിട്ടാണോ കാണുന്നത്?"

"അങ്ങനെ ചിന്തിക്കുന്നോ.... അതു തന്നെ ഹറാമാണ്. ആചാരങ്ങൾ ദൈവീകമാണ് ഷാഹിനേ. ചുരിദാർ വേണമെങ്കിൽ വീടിനുള്ളിലായി ക്കോളൂ.."

ചമയങ്ങളെല്ലാം അയാളുടെ ഇഷ്ടത്തിന് മതീന്ന്. ഉള്ളിൽ തിളച്ചു. പെണ്ണിനെ തളയ്ക്കാമെന്ന് നിഷാന്തേ നീ കരുതേണ്ട. അഗ്നിയിൽ വെന്ത പെണ്ണാണ് ഞാൻ..

എങ്കിലും പറഞ്ഞു. എന്നെ ഇങ്ങനെ തളച്ചിടരുത്. ആചാരങ്ങളുടെ ചങ്ങലയറുത്ത് വന്നതാണ് ഞാൻ.

അയാൾ ചിരിച്ചു പെണ്ണിനെ തളയ്ക്കാൻ പുരുഷനല്ലാതെ മറ്റാരാ ഷാഹിനേ ഈ ലോകത്തുള്ളത്. നിഷാന്തിന്റെ താടിയും മീശയും.... ജീൻസ് ഇറുക്കിയ പിന്നാമ്പുറവും വിരിഞ്ഞമാറും.... പ്രദർശനശാലകൾ

തന്നെ... ആ നീണ്ട ദൃഢഗാത്രത്തിന്റെ ഓജസ്സ് തുള്ളിതുളുമ്പുകയാണ്. ആകാരവടിവുകൾ തള്ളിച്ചിളക്കുന്ന അവനും, സർവ്വവും പൊതിഞ്ഞ് വിയർത്ത് നടക്കുന്ന തനിക്കും അയാൾക്കും ഇടയിലുള്ളതെന്ത്. അസ്വാതന്ത്ര്യത്തിന്റെ ബാക്കിപത്രങ്ങൾ. റജീനത്താ പറയുന്നത് ശരിയാണ്, അവർ അവരുടെ രക്ഷ നോക്കുന്നു. നിഷാന്തിന്റെ ചിന്തകൾ മതമാണ്. മനുഷ്യരല്ല. ആദ്യമൊക്കെ ഹരമായിരുന്നു.. പിന്നെപ്പിന്നെ അസ്വസ്ഥതകൾ വേട്ടയാടി. നിഷാന്തിനും, കുടുംബക്കാർക്കും എന്തൊരാവേശമായിരുന്നു തന്നെ കൂട്ടത്തിൽചേർക്കാൻ, അതിനായി താൻ നടത്തിയ ബലിയർപ്പണങ്ങൾ... വിമർശനങ്ങൾ.... കോടതി.... കേസ്.... തടവ്... എല്ലാത്തിനേയും ഭേദിച്ചു. എല്ലാത്തിനും അവനും, കുടുംബക്കാരും പിന്തുണ തന്നപ്പോൾ ആഹ്ലാദിച്ചു. ഇപ്പോളത് അനിഷ്ടവും, മതനിയമങ്ങളും, അതിലെ പൊരുത്തക്കേടുകളുമാകുന്നു. നിഷാന്തിന്റെ ഉപ്പയും ഉമ്മയും ഇപ്പോ പഴയ താല്പര്യം കാണിക്കാറില്ല... അനുസരണകെട്ട ഹറാമ്പിറന്നവൾ എന്നാണവരിപ്പോൾ ഒച്ചയിടുന്നത്.

അങ്ങനെതന്നെയായിരുന്നല്ലോ താനും...സ്വന്തം അച്ഛനേയും അമ്മയേയും നിഷാന്തിനുവേണ്ടി ഉപേക്ഷിച്ചവൾ. അവരോട്, എന്തിന് ഈ സമൂഹത്തോട് തന്നെ വലിയ മുഷ്ക്ക് കാട്ടിയവൾ..

അച്ഛൻ പറഞ്ഞത് ഓർത്തു. മതമൊന്നും പ്രശ്നമല്ല മോളെ.. പക്ഷേ രണ്ടു ജീവിതസാഹചര്യങ്ങളെയാണ് ഭയക്കേണ്ടത്.. ഭക്ഷണം... വസ്ത്രം.... കുട്ടികളെ വളർത്തൽ... ഇതൊന്നും മനുഷ്യന് മാറ്റാനൊക്കൂല്ല. ജീവിതത്തിൽ പല്ലുകടിയും, മുറുമുറുക്കലുമുണ്ടായാൽ ജീവിതം നരകമാകും.

റജീനത്താ മുറിവിട്ടപ്പോൾ ഷാഹിനാ ജനാലയിലേക്ക് കണ്ണിമയ്ക്കാതെ നോക്കി. പാമ്പ് അവിടെയുണ്ടോ..ഇപ്പോളതവിടെയില്ല. ഇനിയും വരുമോ.വന്നാല് എന്തുചെയ്യും. അവൾപോയി ജനാലും വാതിലുകളുമെല്ലാം നന്നായികുറ്റിയിട്ടു.

കുറച്ചുനേരം ടി വിതുറന്നു... പഴയകാല വാർത്തകൾ മനസ്സിൽ തെന്നി. കട്ടിലിന്റെ അറകൾ തുറന്ന് സൂക്ഷിച്ച് വച്ച പത്രത്താളുകൾ ഒന്നെടുത്ത് വായിച്ചു.

ഷാഹിന പൊരുതുന്നു ഭർത്താവിനൊപ്പം പോകാൻ.

സാജിറ കരഞ്ഞുകൊണ്ട് അപ്പോൾ എഴുന്നേറ്റു. അവൾക്ക് മുലകൊടുത്തു.

ചുരുണ്ടുറങ്ങുന്ന സുറാബിനെ നോക്കി. നിഷാന്തിന്റെ മുഖഛായ തന്നെ. ആ നീണ്ടമൂക്കും ചുണ്ടും അതുതന്നെ അടുത്തവർഷം അവനെ ഓത്തുപള്ളീല് വിടണോന്ന് നിഷാന്ത് പറഞ്ഞിരുന്നു. സുറാബിന് അനിരുദ്ധനെന്ന് പേര് മതീന്ന് പറഞ്ഞിട്ടും അയാൾ സമ്മതിച്ചിരുന്നില്ല.. സാജിറയ്ക്കും നിഷാന്തിന്റെ ഛായതന്നെ.

പുറത്ത് ഇരുട്ട് പകലിനെ തിന്നുപോയി. ചീവീടുകൾ കൂട്ടക്കര

ച്ചിലായി.

കുട്ടികളെ കുളിപ്പിച്ചു. അവർക്ക് ഭക്ഷണം കൊടുത്തു.

സുറാബ് പ്രാഞ്ചിയെത്തി പത്രമെടുത്ത് ചുരുട്ടിക്കീറാൻ തുടങ്ങി. ബെഡ്റൂമിലെ പോളീഷ് ചെയ്ത് മിനുക്കിയ ആഞ്ഞിലിത്തടി അലമാരയും.. ധാരാളം അറകളുള്ളകട്ടിലും മുറിയെ ആഡംബരമാക്കുന്നു. ബെഡ്ഷീറ്റിലെ ചുവപ്പിൽ നീലകുറിഞ്ഞികൾ മന്ദഹസിക്കുന്നു. സുറാബിന്റെയും സാജിറയുടേയും കളിക്കോപ്പുകൾ തറയിൽ ചിതറിക്കിടക്കുന്നു. എത്രയെത്ര തരങ്ങൾ..അതിന് പണം ചിലവഴിക്കാൻ നിഷാന്തിന് ഒരുമടിയുമില്ല.

പിറ്റേന്ന് കുട്ടികളെ കളിക്കാൻവിട്ട് മട്ടുപ്പാവിലിരുന്ന് ഷാഹിന കടൽത്തിരകളെ നോക്കി ഇടയ്ക്കിടെ പാമ്പിന്റെ ചിന്തയും അവളെ വേട്ടയാടി. അതിനിയും വന്നേക്കാം. നിഷാന്ത് ഇനിയും വിളിച്ചിട്ടില്ല. ആദ്യമാണ് ഇങ്ങനെ! കൂടുതൽ കുട്ടികൾ വേണമെന്ന് നിഷാന്ത് എന്തിനാണ് വാശിപിടിക്കുന്നത്? എന്തിനാണിങ്ങനെ പിണങ്ങിപ്പോകുന്നത്? നിഷാന്തിന് ജോലീ തടിമില്ലിൽ കണക്കെഴുത്താണന്നു മാത്രമറിയാം... വിദേശത്തുപോയി കുറച്ചുകൂടി കാശുണ്ടാക്കണമെന്ന ആഗ്രഹം താനാണ് വിലക്കിയത്.

ജീവിക്കാനെന്തിനാ ഇക്കാ ഒത്തിരിപ്പണം.. ആവശ്യത്തിനുള്ളത് നമുക്കില്ലേ.

അഭിപ്രായങ്ങൾക്ക് കൂച്ചുവിലങ്ങിട്ട്, തന്നെ പാടെ നിരാകരിച്ചു. അടുത്തനാളായി. മദ്യത്തിന്റെ മണമാണ്. തനിക്കത് ഹറാമെന്ന് എത്രപറഞ്ഞിട്ടും കൂസലില്ല

രാത്രിയായി. കുട്ടികൾ ഉറക്കമായി. അവൾ പുറത്തേക്ക് നോക്കി. മട്ടുപ്പാവിലെ എല്ലീഡി പ്രഭയെ ആക്രമിക്കുന്ന ഈയൽക്കൂട്ടം. അങ്ങകലെ കൂറ്റൻ ഹൈമാസ് വിളക്കുമരം കടലിനെ നോക്കി ചിരിക്കുന്നു.

കടലിന്റെ ഇരമ്പൽ നിലയ്ക്കുന്നില്ല. പതിവില്ലാതെ കടലിളകുകയാണന്നും... മത്സ്യബന്ധനത്തിന് ആളുകൾ കടലിൽ പോകരുതെന്നും ടിവീലും തെളിയുന്നു. ഭിത്തിയിലെ വലിയ ടി വി ഓഫാക്കി തിരിഞ്ഞതും പൊടുന്നനെ അടച്ച ജനാലയ്ക്കപ്പുറം പാമ്പ് അവളെ നോക്കുന്നു. അതിപ്പോൾ അകത്തേക്ക് കടക്കാനുള്ള ശ്രമമാണ്. പൊടുന്നനെ അവളെഴുന്നേറ്റ് ഓടി ജനൽ കർട്ടനുകളിട്ട് പാമ്പിന്റെ കാഴ്ചമറച്ചു... ഭയം സിരകളെ മദിച്ചു. പാമ്പ് ചില്ല് തുരന്നകത്ത് കേറുമോ. എന്താണ് ചെയ്യുക? പെട്ടന്ന് അവൾ കുട്ടികളേയുമെടുത്ത് താഴത്തെനിലയിലെ അറയിലേക്ക് പോയി. അടുക്കളയും ഹാളുമെല്ലാം ഇവിടെയാണ്. അറയിൽ കടന്നതും ജനലും വാതിലുകളുമെല്ലാം അവൾ നന്നായി അടച്ചെന്ന് ഉറപ്പുവരുത്തി. അവൾ ശ്രദ്ധിച്ചു ഗേറ്റിന്റെ ഇടതുവശത്തെ എല്ലീഡി ബൾബ് ഒന്ന് ഫ്യൂസായിരിക്കുന്നു. മുറ്റത്തിന്റെ വലതുവശത്തെ ഇരുട്ടിലേക്കവൾ മിഴിച്ച് നോക്കി.

അവിടെയാണ് ആഞ്ഞിലിമരവും പൊന്തയും. അവിടെ ധാരാളം പാമ്പുകൾ മറഞ്ഞിരിക്കുന്നുണ്ടാകും. സമയം പാതിരാവായി....നിഷാന്ത് ഏതു സമയത്താവും വരുകയെന്നവൾ കരഞ്ഞു.

പിറ്റേന്ന് റജീനത്താത്തവന്നു. "അല്ലകുട്ട്യേ നീയെന്താ മാധവിക്കുട്ട്യാ, ഒറ്റയ്ക്കിങ്ങനെ ചിന്തിച്ചിരിക്കാന്."

"നിഷാന്തിനിയും വന്നിട്ടില്ല..റജീനത്താ."ഷാഹിന മുഖമുയർത്താതെ റോഡിലേക്ക് നോക്കി പറഞ്ഞു..

"ഓൻ വരൂം ഷാഹിനേ... നീയ്യ് തീ തിന്നേണ്ട."

"ഞാനെന്താ ചെയ്ക" ഒരെത്തും പിടിയുമില്ല... സമൂഹം വെറുത്തവൾക്ക് ഇനി അഭയം എവിടാണ്? തിരികപ്പോകാനാകില്ല.. അച്ഛനു അമ്മയും ഏടേന്ന് അറിയില്ല. എനക്ക് ജോലിമില്ല."

"ഭയപ്പെടാതെ.നാളെങ്കൂടി നോക്കീട്ട് മരമില്ലില് ചോദിക്കാം...അല്ലാ നീ അറ മാറിയോ?"

"പാമ്പവിടെ ജനാലക്കപ്പുറം പിന്നെം വന്നു റജീനത്താ. ശരിക്കും ഞാനതിനെ കണ്ടു."

"എങ്കീ പോക്കർക്കാ ടൗണീന്ന് വരുമ്പോ നോക്കാൻ പറയാം."

"റജീനത്താ എനക്ക് ഭയമാകുന്നു...ആ പാമ്പ് ഇവിട്യേംമെത്തൂന്ന്."

"ഓഹോ... രണ്ടുംകല്പിച്ചാണില്ലേ." റജീനത്താ ചിരിച്ചു.

"മനസ്സ് മിഥ്യയാണ് ഷാഹിനേ. അവിടെ നനഞ്ഞ മണ്ണിൽ പൂച്ചെടികൾ അതിവേഗം വളരും പക്ഷേ.... നനവ് നഷ്ടപ്പെട്ടാലോ പൂക്കൾ വാടും."

റജീനത്താ തിരികെപോയപ്പോൾ കണ്ണറിയാതെ വെള്ളം നിറഞ്ഞു. തിരിച്ച്പോകാനാവില്ല. അത് അടഞ്ഞഅദ്ധ്യായമാണ്. തലയും മുലയും വളർന്നപ്പോൾ അച്ഛനമ്മമാരെ അന്യരാക്കിയ തനിക്ക് ശിക്ഷകിട്ടുകയാണെന്ന് ഷാഹിന ഭയന്നു....താൻ ചെയ്തത് തെറ്റല്ലേ.

കുഞ്ഞുങ്ങൾക്കരുകിലവരെ കെട്ടിപ്പിടിച്ച് കിടന്നു...ഹൃദയം മിടിക്കുകയാണ് അതിന്റെ ഒച്ച ശ്രദ്ധിച്ചു......... വേദനയുണ്ട്. ഇല്ല തോന്നലാണത്. അല്ല ഉണ്ട്. ഹദയത്തിന്റെഭാഗം അമർത്തി നോക്കി.... അങ്ങനെ ചെയ്യുമ്പോഴാണ് നല്ല വേദന അനുഭവപ്പെടുക.

പെൺകുട്ടികൾ വളരുമ്പോൾ ചന്തംകൂടുമെന്ന് അമ്മയാണ് പറഞ്ഞത്, അപ്പോളാണ് ആണുങ്ങൾനോക്കുക പോലും. ആണുങ്ങളെന്തിനാണ് പെൺകുട്ടികളെ നോക്കുന്നതെന്ന് ചിന്തിച്ചുപോയിട്ടുണ്ട്. ഇഷ്ടപ്പെട്ട പെണ്ണിനെ ആണുങ്ങൾ നോക്കുമെന്ന്. ആണുങ്ങളങ്ങനെയാണെന്ന്.... സൂക്ഷിക്കേണ്ടത് പെണ്ണാണന്ന്.. ഇതൊക്കെ പറയാനെ അമ്മയ്ക്ക് നേരമുണ്ടായിരുന്നുള്ളൂ.

പെണ്ണ് എന്ത് സൂക്ഷിക്കാൻ.. റെജീനത്താ പറഞ്ഞത് ശരിയല്ലേ..... ആണുങ്ങൾ നോക്കുമ്പോഴല്ലേ പെണ്ണ് പെണ്ണാകുന്നത്. അവരുടെ

ശ്രദ്ധയെ വശീകരിക്കേണ്ടത് പെണ്ണിന്റെ കടമയാണ്. അതിന് മതവും ജാതിയുമില്ല....ആണ് നോക്കിയില്ലേല് പെണ്ണ് നപുംസകമാണ്.

ചിന്തിച്ചുനോക്കൂ.......

ആവശ്യമില്ലാത്തതൊന്നും തലേക്കേറ്റണ്ട.. ആണുങ്ങൾ തുറിച്ച് നോക്കുന്നത് ശ്രദ്ധിക്കണമെന്നും, അവരുടെ വശീകരണത്തെ അവഗണിക്കണമെന്നും അമ്മ ശട്ടംകെട്ടി. ആദ്യാർത്തവത്തോടെ ഭയം, നാണം എന്നിവ മനസ്സിൽ അള്ളിപ്പിടിച്ചു. അച്ഛന്റെ മുഖത്ത് നോക്കാൻ മടിയായി. മാസമുറ പിന്നീട് ശീലമായി... പുറത്ത് പറയാൻ നാണിച്ചു. അച്ഛനെകാണുമ്പോൾ ഓടി മുറിക്കേറി...കാര്യമറിയാതെ ഒരിക്കലച്ഛൻ ചോദിച്ചു,

“എന്താമോളെ നിനക്കെന്താ എന്നേക്കാണുമ്പോളൊരു ഭയം?”

“നിങ്ങളിങ്ങുവന്നേ...”അമ്മ അച്ഛനെ പിടിച്ച് വലിച്ച് കൊണ്ടുപോയി. അടുക്കളയിൽ കുശലം കേട്ടു. ശ്ശ്....ശ്ശ് പിന്നീട് അച്ഛൻ പൊട്ടിച്ചിരിക്കുന്നതാണ് കേട്ടത്....“എന്റെ മോള് വയസ്സറിയിച്ചന്നോ... ആങ്ഹാ കോള്ളാല്ലോ....” പക്ഷേ, അമ്മ അച്ഛന്റെ നിസ്സാരതയോട് കലഹിച്ചു.

“വേണ്ട... വേണ്ട അവളൊടൊന്നും ചോദിക്കേണ്ട.”

അച്ഛനോട് കൂടുതലിടപഴകുന്നതിനോട് അമ്മ അതിരിട്ടു. എന്തിനാണത് എന്നൊന്നും മനസ്സിലായില്ല? എങ്കിലും അച്ഛൻ അമ്മയുമായി വഴക്കാകാതിരിക്കാൻ പാടുപെടുന്നതുപോലെ തോന്നി... അന്നുമുതൽ അച്ഛൻ അകലത്തിലേക്ക് പോയി. സ്കൂളിലും ഇതുതന്നെ സ്ഥിതി. പ്രിൻസിപ്പാൾ പ്രത്യേകം വിലക്കി ആൺകുട്ടികളുമായി സംസാരം വേണ്ടന്ന്.

എന്തിനാണിങ്ങനെ എല്ലാവർക്കും ഭയം... എല്ലായിടത്തും വിലക്ക്.. അതീന്ന് പുറത്തുകടക്കാൻ മനസ്സ് സ്വീകരിച്ച മാർഗ്ഗമായിരുന്നോ നിഷാന്ത്. അവൾ ഭയന്നു. മാസമുറവരുമ്പോഴെല്ലാം അമ്മ ഓരോന്നും പറഞ്ഞു ഭയപ്പെടുത്തി...ആൺകുട്ടികളോട് മിണ്ടരുതെന്ന്, ആൺഅദ്ധ്യാപകരുമായി അടുപ്പം വേണ്ടന്ന്... എന്തിനാണി വേവലാതികളെന്ന് തോന്നീട്ടുണ്ട്. താൻ മാത്രമേ ഈ ലോകത്ത് പെണ്ണായിട്ടുള്ളോ? ഭയമെന്നും ഒരു പുഴുവിനേപ്പോലെ ശരീരംമുഴുവൻ അരിച്ചു. അച്ഛനേയും... ആണുങ്ങളായ ബന്ധുക്കളേയും ഭയന്നു. അവരെക്കാണുമ്പോൾ മാറി നടന്നു. ചിലപ്പോൾ പഠിക്കാനെന്ന് പറഞ്ഞ് മുറിക്കുള്ളിൽക്കേറി മറഞ്ഞിരുന്നു.

അമ്മയുടെ വേവലാതി കണ്ട് അച്ഛൻ ക്ഷോഭിച്ചു. “നിനക്കെന്താ പ്രാന്തുപിടിച്ചോ ദേവകി?”

അമ്മയുടെ എല്ലാ വേവലാതികൾക്കിടയിലും താനാണ് വെന്ത് പോയത്. ദിനവും പത്രഭാഗങ്ങൾ ചൂണ്ടിക്കാട്ടി അച്ഛനോട് നൊരോളിക്കുന്ന അമ്മ എല്ലാവരേയും അസ്വസ്ഥമാക്കി.

“നീ എന്നെയും സംശയിക്കുവാണില്ലേ...പെമ്മക്കളുള്ള അച്ഛന്മാർക്ക് വീട്ടിക്കഴിയേണ്ടേ.”എന്നൊക്കെ ഇടയ്ക്കിടെ അച്ഛൻ മുരളുന്നതുകേട്ടു.

“പെമ്മക്കളെ വളർത്തിയെടുക്കാനുള്ള ബുദ്ധിമുട്ട് ഒരമ്മക്കേ

അറിയൂ.'' അമ്മയും ക്ഷോഭിച്ചു.

അന്ന് അച്ഛൻ അമ്മയോട് വഴക്കിട്ട് ഇറങ്ങിപ്പോയി.. പിന്നീട് അച്ഛന്റെ വിഷാദവും....അമ്മയുടെ ആവലാതിയും അവരെ വെറുത്തുവോ എന്ന് തോന്നി. അച്ഛനൊന്നും ചോദിക്കില്ല പറയില്ല...വിഷാദം. ആൺമക്കളില്ലാത്തതിന്റെ നൊമ്പരം എപ്പോഴും അച്ഛന്റെ വാക്കുകളിൽ പെയ്തു.

താനിത് സ്കൂളിലെ കൂട്ടുകാരികളോട് പങ്കുവച്ചു. അവർ ചിരിച്ചു.

''നീ ഏതുദൈവത്തോടാ പ്രാർത്ഥിക്കുന്നേ അനു?''

''അതെന്താ നിങ്ങൾ അങ്ങനെ ചോദിച്ചത്?''

''അല്ല ഇങ്ങക്ക് നൂറായിരം ദൈവങ്ങളുണ്ടല്ലോ... അതുകൊണ്ടാ.''

കൃത്യമായുത്തരം പറഞ്ഞില്ല...ശ്രീകൃഷ്ണഭഗവാനെ ഇഷടമായിരുന്നു..

അതുകേട്ട് അന്നവർ നന്നായി ചിരിച്ചു.

''എന്തിനാ ചിരിക്കുന്നേ?''

''ഏകാഗ്രമായി പ്രാർത്ഥിക്കൂ...എല്ലാത്തിനും പടച്ചോൻ പരിഹാരം കാണുന്നു.''

മറ്റ് മതവിഭാഗത്തിൽപ്പെട്ടതായോണ്ട്.... അവരുടെ മതകാര്യങ്ങളൊക്കെ ചർച്ചചെയ്തിരുന്നു..... സ്ത്രീകളോടുള്ള സ്നേഹവും, ബഹുമാനവും അവർ കാട്ടുന്നത് അത്രയ്ക്ക് പറഞ്ഞു തന്നു. സ്തീകൾ പർദ്ദയണിയുന്നതിന്റെ മാന്യതയും വിശദീകരിച്ചു. അങ്ങനെയുള്ളവരോട് ബഹുമാനം കൂടി....

എവിടെപ്പോയാലും അമ്മ ചോദിക്കും. അതൊന്നുമൊരു തെറ്റല്ല.. വേവലാതിയുള്ള അമ്മമനസ്സ് സ്നേഹമാണ്. പക്ഷേ, ഇന്നാ അമ്മയെവിടെ... അച്ഛനെവിടെ.... എവിടെയോ ജീവിക്കുന്നുണ്ടാവും? വീടും പറമ്പും വിറ്റ് എങ്ങോട്ടോ പോയെന്നറിയാം. വർഷങ്ങളായി കണ്ടിട്ട്, ഒന്ന് വിളിച്ചിട്ട്.

ബെഡിൽ കിടന്നുറങ്ങുന്ന കുട്ടികളെനോക്കി അവൾ നെടുവീർപ്പെട്ടു. അവരെ ശുശ്രൂഷിക്കാനും, കൊഞ്ചിക്കാനും അമ്മമ്മയുണ്ടായിരുന്നെങ്കിൽ.... അച്ചച്ചനുണ്ടായിരുന്നെങ്കിൽ.... അമ്മമ്മയാണ് തന്നെനോക്കീത്. കണ്ണെഴുതി പൊട്ടുതൊട്ട് നഴ്സറീലു വിട്ടത്, സ്കൂളില് വിട്ടത്. അതവരുടെ അവകാശമായിരുന്നു, ആഹ്ലാദമായിരുന്നു.. ബന്ധങ്ങൾക്കെന്ത് ദൃഢത! അമ്മമ്മ മരിച്ചപ്പോൾ അമ്മ കരഞ്ഞു..അമ്മ മരിക്കുമ്പോൾ താനുംകരയേണ്ടേ... താൻ മരിക്കുമ്പോൾ തന്റെ മക്കളും.... അതാണ് ജീവിതം... ലാളിച്ച് കൊഞ്ചിച്ച് വളർത്തിയ താനവരെ പിണക്കി എന്നാണ് പൊതുസമൂഹത്തിന്റെ വിമർശനം.

നിഷാന്തിനെ കണ്ടുമുട്ടിയപ്പോൾ പർദ്ദയ്ക്കുള്ളിൽ ജീവിക്കാനുള്ള ആഗ്രഹം മഴപോലെ പെയ്തിറങ്ങി. അതറിഞ്ഞ് അമ്മ പൊട്ടിക്കരഞ്ഞു.

''ഇഷ്ടപ്പെട്ട ഒരാളുടെകൂടെ ജീവിക്കുക എന്നുപറയുന്നത് മോശമാ

ണോ?"

"അരുത് നമ്മുടെ ജാതീലെ ഒരാള്മതി നിനക്ക്."

"അതെന്താമ്മേ ജാതിക്കും മതത്തിനും അതീതമായ ജീവിതമല്ലേ മനുഷ്യന് വേണ്ടത്."

"അത് വിവാഹത്തിന് സമയമാകുമ്പോ നമുക്ക് തീരുമാനിക്കാം." അമ്മ കെറുവിച്ചു.

ഇടയ്ക്കിടെ ജനൽക്കർട്ടനുകൾ മാറ്റി പാമ്പ് ജനാലക്കയ്പ്പുറമുണ്ടോന്ന് നോക്കൽ മനസ്സിന്റെ ഭയമായി. എപ്പോൾ വേണമെങ്കിലും അത് പ്രത്യക്ഷപ്പെട്ടേക്കാം.

നിഷാന്ത് വരുമ്പോൾ വീടുമാറുന്ന കാര്യം പറയണം.

നിഷാന്ത് തന്നെ വല്ലാതെ സ്നേഹിച്ചിരുന്നു. ആദ്യമായിട്ടൊരു പുരുഷൻ ഇഷ്ടമാണെന്ന് പറഞ്ഞതിന്റെ രുചി അനുഭവിച്ചു.... മനസ്സ് വിറച്ചു.... ഹൃദയം എന്തെന്നില്ലാതെ തരിച്ചു.... കൂട്ടുകാരികളായ ഫർഹാനും, ഷെല്ലിയും ആവോളം തന്റെ ഭാഗ്യത്തെക്കുറിച്ച് പറഞ്ഞുചിരിച്ചു...നഗരത്തിലെ ഏറ്റവും വലിയ തടിക്കച്ചവടക്കാരന്റെ മകനാണുപോലും നിഷാന്ത്... പിന്നീടാണ് അറിഞ്ഞത്... നിഷാന്ത് അവിടത്തെ ജോലിക്കാരനാണന്ന്.. പക്ഷേ, നിഷാന്തിന്റെ സ്നേഹവാക്കുകൾ മറക്കാനാവില്ല.... കൂട്ടുകാരികൾ കൊണ്ടുതന്ന ലവ്ലെറ്ററുകൾ രസിച്ച് വായിച്ചു. നിഷാന്ത് എഴുതുന്നു മതവും ജാതിക്കുമപ്പുറം മനുഷ്യൻ ചിന്തിക്കണമെന്ന്, അത് പുതുതലമുറയുടെ കടമയെന്ന്. ജാതി മനുഷ്യന് ആവശ്യമില്ലന്നും,അത് നിഷേധിക്കണമെന്നും ആഹ്വാനം.

മതം മനുഷ്യനെ ഇടുക്കികളയുമെന്ന്.... അതിൽനിന്ന് പുറത്തുകടക്കണമെന്ന്...

തന്റെയും നിഷാന്തിന്റേയും ചിന്ത ഒന്നാണ്. കൂട്ടുകാരികളുടെ വീട്ടിൽ വച്ച് അവരറിയാതെ നിഷാന്ത് ചുംബിച്ചത് മറക്കാനാവുന്നില്ല.... അച്ഛനും അമ്മയും തന്നെ ചുംബിച്ചിട്ടില്ല. അവർ ചെയ്യാത്തത് നിഷാന്താണ് ചെയ്തത്..

"അനു അന്റെ കണ്ണുകൾക്ക് വല്യ ആഴമാണ്...ചുണ്ടുകൾ മധുരനാരങ്ങകളാണ്. "വാക്കുകൾക്ക് മായാസ്പർശം.

"മോളെ അത് നിനക്ക് ചേരില്ല...രണ്ട് ജീവിതരീതികൾ മനുഷ്യനെ വലയ്ക്കും."

"ഇല്ലച്ഛാ....നിഷാന്തിനെ എനിക്ക് നന്നായി അറിയാം. മനുഷ്യജാതിയിലാണ് എനിക്കും നിഷാന്തിനും വിശ്വാസം." അതുകേട്ട് അച്ഛന്റ കണ്ണുകളിൽ വിസ്മയം.

"നീ വല്ലാതെ വളർന്നത് അച്ഛനറിഞ്ഞില്ല മോളെ." അച്ഛൻ വിതുമ്പി.

അമ്മ കരഞ്ഞു. കൂകിവിളിച്ച് നെഞ്ചിലടിച്ചു.. അനിയത്തി....അമ്പരപ്പോടെ മുറിക്കുള്ളിലേക്ക് വലിഞ്ഞു.

“അവൾ വളരെയേറെ മുന്നേറിക്കഴിഞ്ഞു. മനുഷ്യചിന്തകൾക്ക് അതിരുകളില്ല.”

അച്ഛൻ അമ്മയോട് പറയുന്നത് കേട്ടു... “എവിടെ നിന്റെ നിയന്ത്രണങ്ങൾ, എന്നിൽനിന്നുപോലും മകളെ ഒളിപ്പിക്കാനുള്ള നിന്റെ തത്രപ്പാടുകൾ, ഓർത്തുനോക്കൂ ദേവകി.”

മനുഷ്യഹൃദയത്തെ ചലിപ്പിക്കുന്ന ദിക്ക് ആർക്കുമറിയില്ല..അത് കടലാഴമാണ്.

അച്ഛന്റെ കണ്ണുകൾ ആദ്യമായി നിറഞ്ഞത് കണ്ടു.

“അവന് ജോലിയും വിദ്യാഭ്യാസവുമുണ്ട്...നിനക്കോ?”

“പെൺകുട്ടികൾ ജോലിചെയ്യേണ്ടന്നാ നിഷാന്ത് പറയുന്നത്.”

“അപ്പോൾ നിനക്കെവിടെ സ്വാതന്ത്ര്യം? അതിനല്ലേ നീ മറ്റൊരു കൂടു തേടിയത്?”

“ജോലിയില്ലാന്ന് കരുതി നിഷാന്തെന്നെ കെട്ടിയിടില്ല.”

“എങ്കിലവനെ വിളിക്ക് നമുക്കൊന്നിച്ച് ജീവിക്കാം.”

“എന്തിനാച്ഛാ ഇങ്ങനൊക്കെപറയുന്നത്.... നിഷാന്ത് മാന്യനാണ്.”

“അപ്പോൾ നിന്റച്ഛനും അമ്മയുമാണോ മാന്യരല്ലാത്തോർ. നിനക്ക് ചതിപറ്റിയാല്.”

“നിഷാന്ത് അങ്ങനെ ചെയ്യില്ല.”

“പക്വതവരുമ്പോഴേ കുട്ടികൾ തെറ്ററിയൂ.”

“എനിക്ക് പക്വതയുണ്ട്.. പതിനെട്ട് വയസ്സായ തീരുമാനമെടുക്കാൻ പ്രാപ്തിയുള്ള പെണ്ണാണ് ഞാൻ.”

“പക്വത എന്നുപറഞ്ഞാൽ പതിനെട്ട് വയസ്സല്ല മോളേ. ഞാൻ പത്തു ചോദ്യങ്ങൾ ചോദിക്കാം. ഒരുകിലോ ഉപ്പിന്റെ വില നിനക്കറിയോ? ദില്ലിയിലേക്ക് ട്രയിൻ പോകുന്ന സ്ഥലങ്ങളറീമോ? പറയൂ, മലാല യൂസഫ് ആരാണ്? ഇന്ത്യയിൽ എത്ര രാഷ്ട്രീയപാർട്ടികളുണ്ട്? കേരളത്തിലെ ആദ്യത്തെ മന്ത്രിസഭ ആരുടേതാണ്? ഇന്ത്യയിലെത്ര മതങ്ങളുണ്ട്? ഏത് ആശയത്തിന്റെ പേരിലാണ് നീ നിഷാന്തിനെ ഇഷ്ടപ്പെട്ടത്?”

സ്നേഹത്തിനുവേണ്ടി കീഴടക്കപ്പെട്ടത് മാത്രം പറഞ്ഞില്ല. ഈ ബലിക്കല്ല് സ്വീകരിച്ചേ മതിയാവൂ. വാക്കുകളില്ലാതെ നിന്നപ്പോൾ അച്ഛൻ തുടർന്നു..

“മനുഷ്യന്റ പഠനം മരണംവരെയാണ്. എന്നിട്ടും മനുഷ്യൻ അറിവു കെട്ടവനാണ്. അറിവിനാധാരം വയസ്സല്ല മോളെ.”

“തമ്മിൽ സന്ഹിക്കുന്നത് തെറ്റാണോ അച്ഛാ.... അമ്മയുമച്ഛനും പ്രേമിച്ച് വിവാഹം കഴിച്ചവരല്ലേ എന്നിട്ട് എന്ത് പറ്റി?”

“ഞങ്ങൾ ഒരേ മതവിഭാഗത്തിൽ പെട്ടവരാണ്.”

“മതങ്ങൾ മനുഷ്യരെ വേർതിരിക്കാൻ പാടില്ലച്ഛാ...” അതുകേട്ട് അച്ഛൻ പറഞ്ഞു.

"ദേവകി...നീ കൃഷ്ണമണിയായി വളർത്തിയ മോളുടെ തന്റേടം കണ്ടോ."

അമ്മയുടെ തേങ്ങലുകൾ അടുക്കളക്കോണിൽ കേട്ടു....

ഇഷ്ടപ്പെട്ടവന്റെ കൂടെ ജീവിക്കുന്നതിന്റെ അപ്രമാദിത്വം വാക്കുകളിൽ ജ്വലിപ്പിച്ചു.

മക്കളുടെ ഇഷ്ടങ്ങളെ വിലക്കുന്ന മാതാപിതാക്കൾ സ്നേഹമില്ലാത്തവരാണെന്ന നിഷാന്തിന്റെ വാക്കുകൾ ശരിയാണോ?

വേവലാതികൾ ജനിക്കുന്നത് കുട്ടികളുണ്ടാകുമ്പോഴാണ്.... അമ്മപറഞ്ഞത് ഹൃദയത്തിൽ വെന്തു. അമ്മ കൊണ്ടുനടന്ന മണ്ടത്തരങ്ങളൊക്കെ ഓർത്ത് ചിരിച്ചു.

അച്ഛനുമമ്മയ്ക്കും ഉറക്കങ്ങൾ നഷ്ടപ്പെട്ട ദിനങ്ങളെക്കുറിച്ചോർത്തു.

പിറ്റേന്ന് ചുരിദാറിൽവന്ന റജീനത്താത്ത വളരെ സുന്ദരിയായിത്തോന്നി. അവരുടെ നിമ്നോന്നതങ്ങൾ ആകർഷകമാണ്.

"റജീനത്താത്തയ്ക്ക് ചുരിദാറ് നല്ലതാണ്."

"ആണോ? പക്ഷേ, ചുരിദാറിന്റെ തെറിപ്പൊന്നും ബേണ്ടാന്നാ പോക്കർക്കാ പറയുന്നേ."

"അതില്ലേല് പെണ്ണ് പെണ്ണല്ലന്ന് ആർക്കാണറിയാത്തത്." ഷാഹിന ചിരിച്ചു.

പൊടുന്നനെ ഷാഹിന തുറന്നിട്ട ജനലഴികളിൽ പാമ്പ് ഇരുന്ന് നാവ് നീട്ടുന്നത് കണ്ടു. അതിന്റ പരന്ന പത്തിയിൽ ഡ ശരിക്കും തെളിഞ്ഞു. ഷാഹിനായുടെ ചങ്കില് വെള്ളിടിവെട്ടി.

"ദേ പാമ്പ്!"റജീനത്തായും കണ്ടു പാമ്പിനെ...അവർ രണ്ടുപേരും ഒന്നിച്ചലറി. അയ്യോ. പൊടുന്നനെ പാമ്പ് ജനലിന് പുറത്തേക്ക് വേഗം മറഞ്ഞു.

"ജനലിങ്ങനെ തുറന്നിടരുത്."റജീനത്താ വേഗം ജനലടച്ച് കുറ്റിയിട്ട് പറഞ്ഞു.

രണ്ടുപേരും ചങ്കണച്ചു.

"മുകളിൽ കണ്ട പാമ്പുതന്നെയാണ്... അതിപ്പോൾ ഇങ്ങോട്ടേക്ക് വന്നു." ഷാഹിന വിറയ്ക്കാൻ തുടങ്ങി.

"പാമ്പുകൾ എല്ലായിടത്തുമുണ്ട് മോളെ. പോക്കർക്കായോട് പറഞ്ഞ് അപ്പുറത്തെ പൊന്തയ്ക്ക് ഇന്നന്നെ തീയ്യിടാം."

കുട്ടികളപ്പോൾ ഡൈനിങ് ഹാളിൽ കളിക്കുന്ന ഒച്ചകേട്ടു.

"നിഷാന്ത് വന്നിരുന്നെങ്കിൽ വീട് മാറാമായിരുന്നു. ആ പാമ്പ് ഇനിയും വരും റജീനത്താ."ഷാഹിന ഭിത്തിമേല് മുഖം ചേർത്തുവച്ചു കരഞ്ഞു.

"ഇജ് കരേണ്ട..പോക്കർക്കായോട് തിരക്കാൻ പറയാം." റജീനത്താ വേഗത്തിൽ പുറത്തേക്ക് പോയി.

നെഞ്ച് അമർത്തി കുട്ടികൾക്കൊപ്പം കളിക്കാനായി ഷാഹിന കുനിഞ്ഞു. വയ്യാ. ഉള്ളിൽ കടലിരമ്പം ഉച്ചത്തിലാവുകയാണ്. ഈ കുഞ്ഞുങ്ങളെന്തുപിഴച്ചു നിഷാന്ത്... നീ എവിടാണ്. നിന്റെ ചിറകൊതുക്കിലായ ഈ അബലയെ വഴിവക്കിലിട്ട് മറഞ്ഞോ നീ. ഞാനത് വിശ്വസിക്കില്ല... താരാട്ട് പാടിയുറക്കിയ അച്ഛനേയും അമ്മയേയും നിനക്ക് വേണ്ടി തട്ടിയെറിഞ്ഞവളാണ് ഞാൻ. നീ എന്താണ് ഫോണെടുക്കാത്തത്? തിരിച്ച് വിളിക്കാത്തത്?

ഒന്നുവീണാൽ....വേദനിച്ചാൽ വാരിയെടുത്ത് ഉമ്മവയ്ക്കുന്ന ചുണ്ടുകളാണ് എനിക്ക് നഷ്ടപ്പെട്ടത്. ഈ വേർപാട് അസ്സഹനീയമാണ്.....ഈ രാവിൽ ഇരമ്പുന്നത് കടലല്ല ഹൃദയമാണ്... നീയില്ലാതെ എനിക്ക് ജീവിതമില്ല. പാമ്പുകൾ വേട്ടയാടുന്ന ഈ ഗൃഹം വിട്ടു നമുക്ക് ദൂരേക്ക് പോകാം നിഷാന്ത്. ഞാനെല്ലാം ക്ഷമിക്കാം...എന്റച്ഛനുമമ്മയും എനിക്ക് പിറകിൽ ഉമ്മറംകൊട്ടിയടച്ചത് നിനക്കറിയില്ലേ.

കുട്ടികളുറങ്ങി. രാത്രിയേറെയായിട്ടും അവൾ ഉറങ്ങിയിരുന്നില്ല.

ചിന്തകൾക്ക് കടിഞ്ഞാൺ നഷ്ടപ്പെട്ടു.

നിന്റെ അസാമാന്യ അനിഷ്ടങ്ങൾക്ക് എന്നെ ഇരയാക്കരുത്... ഈ സമൂഹം നമുക്ക് മാപ്പ് തരില്ല ..നമ്മുടെ മക്കൾക്ക് താരാട്ടുപാടേണ്ട ചുണ്ടുകൾ നമ്മളെ വെറുത്തത് നിനക്കറിയില്ലേ. വീടെന്ന ചുവരറയ്ക്കുള്ളിൽ വിങ്ങി ഷാഹിനയുടെ കണ്ണീർച്ചാലുകൾ പുഴയായി.

സ്വയമുയരാൻനോക്കിയ വിഡ്ഢിയോ ഞാൻ? അതോ ഇരുന്നകൊമ്പുമുറിച്ച വേതാളമോ?

അമ്മയുടെ ശാസനകളെ വെറുത്ത... അച്ഛന്റെ വാക്കുകളെ തിരിച്ചറിയാത്തവൾ. ജീവിത പരിസ്ഥിതികളാണോ മനുഷ്യനെ മറ്റൊന്നാക്കുന്നത്? വിദ്യാഭ്യാസം... ജോലി... ആഘോഷമായ വിവാഹം. സകലതും നഷ്ടപ്പെടുത്തി ഒരാശയത്തിനുവേണ്ടി.

സ്നേഹത്തിനുവേണ്ടി തുറന്ന പുസ്തകമായ ഈ സ്ത്രീയെ നിനക്കിപ്പോൾ വേണ്ടെന്നാണോ? എങ്കിലതീ ശൂന്യതേന്ന് വിളിച്ചുപറയൂ. ഈ ലോകം കേൾക്കട്ടേ.

നമുക്ക് മനുഷ്യരായാൽ മതി നിഷാന്ത്... നിന്റെ രണ്ടുകുഞ്ഞുങ്ങളിതാ നിഷ്കളങ്കരായി കളിക്കുന്നു. ആർക്ക് വേണ്ടിയാണ് ഞാനവരെ പെറ്റത്.... നിനക്കോ.. എനിക്കോ... അതോ ജാതിക്കോ മതത്തിനോ അവിവേകം മനുഷ്യനെ കാർന്നുതിന്നും, മരണംവരെ മനുഷ്യൻ പഠിച്ചുകൊണ്ടേയിരിക്കണമെന്ന അച്ഛന്റെ വാക്കുകൾ... ശരിയാണ്. തൊട്ടാൽ പൊട്ടുന്ന ഈ ഹൃദയമാണ് യഥാർത്ഥ ജാതി...അനുഭവങ്ങൾ എനിക്ക് തീപ്പൂക്കളായിരുന്നു. പ്രായമാകുമ്പോൾ അച്ഛനുമമ്മയ്ക്കും താങ്ങും തണലുമാകേണ്ട ഞാനിന്ന് അറ്റം കാണാത്ത മരുഭൂമിയിൽ ഒറ്റപ്പെട്ടോ.... പടച്ചോനെ! ഷാഹിന പൊട്ടിക്കരഞ്ഞു.

ജനാലയിൽ ആരോതട്ടുകയാണ്. ആരാണ് ഈ പാതിരായ്ക്ക്. അവൾ എഴുന്നേറ്റ് കർട്ടനകത്തിനോക്കി... അയ്യോ പാമ്പ് തന്നെ. അതു പോയിട്ടില്ല... ജനൽവഴി അത് അകത്തുകടക്കാൻ ശ്രമിക്കുകയാണ്. അവൾ പെട്ടന്ന് പുറകോട്ട് മാറി എങ്കിലും ഇപ്പോളവൾക്ക് ഭയം കുറഞ്ഞിരുന്നു. അത് അകത്തു കടന്നാൽ കടക്കട്ടെ. അവൾക്ക് കർട്ടനിടാൻ തോന്നീല്ല.. ഈ അനാഥത്വത്തിൽ പാമ്പുകളെങ്കിലും കൂട്ടാകട്ടെ എന്നുകരുതി.

മനുഷ്യാവകാശത്തിന്റെ ഏതു പടുകുഴിയിലാണ് ഈ ജീവിതം കുടുങ്ങിക്കിടക്കുന്നത്. ഏതുമനുഷ്യാവകാശ കമ്മീഷനാണ് ഇനി ഇതൊക്കെ കണ്ടെത്തുക....അച്ഛനമ്മമാർക്ക് കണ്ണീരുകൊടുത്ത മകളെന്ന വിധി തലയ്ക്കുമുകളിൽ വാളുയർത്തി നില്ക്കുന്നു. ദിക്കുകളില്ലാതെ വഴിമുട്ടിയ ഒരു അഭയാർത്ഥിയാണ് താനെന്ന് അവൾക്ക് തോന്നി.

രാത്രി തീരാൻ പോകുന്നു.

ക്ഷമിക്കാൻ കഴിയാത്തവരെ കാലം തട്ടിയെടുക്കുന്നു. മതങ്ങൾ ജീവിതങ്ങളുടെ ചോരയൂറ്റുമ്പോൾ നിസ്സാഹയായി... ഏതോ തെറ്റിനാൽ പിടിക്കപ്പെട്ടവളെപ്പോലെ ഷാഹിന പൊടുന്നനെ ബെഡിലേക്ക് വീണു. അവളപ്പോൾ കണ്ടു ജനാലയ്ക്കപ്പുറം ഇപ്പോൾ രണ്ട് പാമ്പുകൾ പത്തിവിടർത്തിയാടുന്നു..... പെട്ടന്നത് മൂന്നായി..പിന്നെ നാലായി... അതു പെരുകുകയാണ്. അമ്മേ..എന്നിട്ടും അവൾക്ക് ഭയം പെരുകിയില്ല. അവ മുറിയിലെത്തിയാൽ മരണം നിശ്ചയമാണ്.

എന്തിനാണീ ജീവിതം. പാമ്പുകൾ എന്റെ രക്തം കുടിക്കട്ടെ.

പൊടുന്നനെ അവൾ ജനാല തുറക്കാൻ തന്നെ തീരുമാനിച്ചു. അവൾ എഴുന്നേറ്റ് ജനാലയ്ക്ക് നേരെ തിരിഞ്ഞതും മൊബൈൽ ബല്ലടിച്ചു.. അവൾ ആർത്തിയോടെ നോക്കി... നിഷാന്തായിരിക്കും..... അപ്പോൾ അങ്ങേത്തലക്കൽ ഹൃദയം നുറുങ്ങിയ വാക്കുകൾ കേട്ടു. അച്ഛനാണ്!

“മോളേ നിനക്ക് സുഖമാണോ?” ഫോൺ താഴേക്ക് വീണു.

അതിന്റെ ശബ്ദത്തിൽ കുട്ടികൾ എഴുന്നേറ്റ് ഭയന്ന് കരയാൻ തുടങ്ങി.

- കണ്ണുകളടച്ച് ബാഹ്യലോകത്തിലെ ശബ്ദങ്ങൾ
ശ്രവിക്കുക പിന്നെ ഉള്ളിലെ തോന്നലുകളെ
ശകാരിക്കുക അപ്പോഴാണ് നീ മനുഷ്യനാകുന്നത്.

ചതുരംഗക്കളി

ആഞ്ചലോസ് എന്ന ചതുരംഗംചാക്കോ ഈ കഥ എന്നോട് പറഞ്ഞത് ജനതാഗ്രന്ഥശാലയുടെ പിന്നാമ്പുറംനിന്ന് മൂത്രമൊഴിക്കുമ്പോഴാണ്. ഞാൻ കഥയെഴുതുന്ന ആളായതോണ്ട് കഥ അച്ചടിച്ച് വരണമെന്നും, അത് അയാൾക്കുതന്നെ നേരിട്ട് വായിക്കണോന്നും ഒരിഷ്ടം. ആഞ്ചലോസിന്റെ നരകേറിയ കുറ്റിത്താടിയും മാമുക്കോയ മുഖവും എപ്പോഴും തീക്ഷ്ണമാണ്. ചാക്കുമായി വീടുവീടാന്തരം കയറി അടയ്ക്കയെടുത്ത് വിറ്റ് അഷ്ടിക്ക് വകയുണ്ടാക്കുന്ന ചതുരംഗംചാക്കോയുടെ വൈകുന്നേരത്തെ ഉല്ലാസം വായനശാലയിലെ ചതുരംഗക്കളിയാണ്. കളിയിൽ കേമനായ അയാളുമൊത്ത് പലപ്പോഴും കരുക്കളെ നീക്കി അടിയറവ് വാങ്ങുന്നതും കൊടുക്കുന്നതും എനിക്കും താല്പര്യമായിരുന്നു. വെള്ളമുണ്ടും ഷർട്ടും, ചപ്രത്തലയും വാക്കുകളിലെ തീക്ഷ്ണതയും അയാളെ തികച്ചും വ്യത്യസ്തനാക്കീരുന്നു. വായനശാലയിലെ ഒരേയൊരു വായനക്കാരനും അയാൾ തന്നെ. പത്രമാസികകളുടെ റാപ്പറുകൾ അയാളുടെ വരവിനായി കാത്തുകിടക്കും. വർഷങ്ങളായി ഉറക്കത്തിലാണ്ട പുസ്തകങ്ങളെ വല്ലപ്പോഴും വിളിച്ചെഴുന്നേല്പിക്കുന്നതും അയാളാണ്. ഇത്തരമൊരു വിജ്ഞാനശീലനും ചതുരംഗക്കേമനും എന്ന നിലയിലാണ് ചാക്കോയുമായി ചങ്ങാത്തമാകുന്നത്. എന്നാലയാളുടെ കുടുംബകാര്യങ്ങളൊന്നും എനിക്ക് വല്യ പിടിയുമില്ല. ഇനി അയാളുടെ ചിന്താധാരയിലൂടെതന്നെ കഥ പോകട്ടെ.

കാത്തുകാത്തിരുന്ന് കേസിന്റെ വിധിപ്പകർപ്പ് കൈയിൽക്കിട്ടിയ ആഞ്ചലോസ് എന്ന ഉപഭോക്താവ് അന്ധാളിച്ചു, കുഴങ്ങി. വിധി ഇംഗ്ലീഷിലാണ് എഴുതിക്കൂട്ടിവച്ചിരിക്കുന്നത്.. അഞ്ചാറ് പേജുണ്ട്.. ഇംഗ്ലീഷ് അറിയാത്ത ആഞ്ചലോസ് വേലിയേലെ പാമ്പിനെ ചീലെവച്ചെന്നപോലെ ഉഴറി.

മലയാളിക്ക് വിദേശ ഭാഷകൊണ്ട് വിധിനടപ്പാക്കുന്ന തലേവിധിയെന്ന് അയാൾ മൂന്ന് വട്ടം സ്വയം തലയ്ക്കടിച്ചു. ശുദ്ധ ഗ്രാമ്യനായ ആഞ്ചലോസ് വിധികല്പത്തിലേക്ക് മിഴിച്ചു. വിധിയെന്തെന്ന് അറിയാനുള്ള വെമ്പലു ള്ളിൽ കത്തി. പക്ഷേ, ഏത് ഏമാനെയാ ഒന്നുകാണിക്കുക... കേസ് മൂന്നു മാസത്തിനുള്ളിൽ തീർക്കണമെന്ന നിയമം വിശ്വസിച്ചാണ് ആഞ്ചലോസ് കേസ് ഫയൽ ചെയ്തത്. പക്ഷേ, മാസം ഒമ്പതിലാണ് തീർപ്പ് വന്നത്.. ഒഴുക്കിനൊപ്പം തുഴച്ചിലറിയാത്ത ആഞ്ചലോസപ്പോൾ നാടിനുപറ്റിയ ഏന ക്കേടോർത്ത് പരിതപിച്ചു.... വ്യവഹാരപ്രക്രിയ മലയാളത്തിൽ മതീന്ന് നെറ്റിയേലൊട്ടിച്ചിട്ട് ഇംഗ്ലീഷിലെഴുതിയ നോട്ടീസിലേക്കയാൾ മിഴിച്ച് ജീവിതം ഇങ്ങനെയൊക്കെ വിപരീതങ്ങളുടെ ഒഴുക്കാണല്ലോന്ന് വേപഥു വായി. അഞ്ഞൂറുരൂപയുടെ ചതിക്ക് (മരിക്കേണ്ടതായിരുന്നു) ഒരുലക്ഷം നഷ്ടപരിഹാരം ആവശ്യപ്പെട്ടാണ് ചെപ്പുകടവിലെ MNC ലാബിനെതിരെ ആഞ്ചലോസ് കേസ് ഫയൽചെയ്തത്. കാരണം അങ്ങോര് ചെയ്ത HAV1gm പോസിറ്റീവ് റിസൾട്ട് നെഗറ്റീവാക്കി രോഗിയായ തന്നെ ഭയ പ്പെടുത്തി ഇമ്മിണി അധികം ടെസ്റ്റ് നടത്തിച്ചു എന്നാണ് ഒന്നാംകക്ഷി യായ ആഞ്ചലോസിന്റെ വാദം. രണ്ടാം ദിവസം മണിപ്പാൽ ഡോക്ടർ സംഘത്തിന്റെ രക്തംകുത്തി ടെസ്റ്റിൽ സംഗതി പോസിറ്റീവാണന്ന് തെളിഞ്ഞു. അതായത് ഇത് ഭക്ഷണം, വെള്ളം മാത്രയിൽക്കൂടി പകരുന്ന വൈറസ് ആണന്ന്. ഇവിടെ മനഃപൂർവ്വമായ പണാപഹരണവും വഞ്ച നയും നടത്തി പ്രസ്തുത ലാബ് രോഗിയെ വഞ്ചിച്ചുവെന്നാണ് ആഞ്ച ലോസിന്റെ പരാതി. അതിന്റെയെല്ലാം രേഖകളും, കോപ്പികളും അയാൾ മൂവർ സംഘത്തിന് മുമ്പിൽ വച്ചു.(രാജാവ്, മന്ത്രി,രാജ്ഞി) സ്വയം വാദി ക്കാമെന്ന് വച്ചെങ്കിലും പണികുഴയുമെന്ന് കരുതി വക്കീലിനെ വച്ചു. വക്കീൽ പറഞ്ഞു ഈ കേസിന് കോമ്പൻസേഷൻ കിട്ടുമെന്നുറപ്പാണ്. വ്യക്തമായ തെളിവുകളാണുള്ളത്. പക്ഷേ, ഇപ്പോൾ കൈയിക്കിടന്ന് തുള്ളുന്ന വിധിന്യായത്തെ നോക്കി കോമ്പൻസേഷൻ കിട്ടുമോ, ഇല്ലയോ എന്നാണ് ആഞ്ചലോസ് നെട്ടോട്ടം കിതച്ചത്.

ആരെക്കൊണ്ടാ ഒന്നു വായിപ്പിക്കുക. അയാൾ വട്ടം ചുറ്റി..ഓഫീ സിൽ തിരിച്ചുകേറി ആദ്യം കണ്ട ഓഫീസറോട് അപേക്ഷിച്ചു.

“സർ എനിക്ക് ഇംഗ്ലീഷ് അറിയില്ല... എന്താണീ വിധി... ഒന്ന് വായി ക്കുമോ.” ആ ചെറുപ്പക്കാരൻ തുഗ്ലക് ആദ്യം ഇഷ്ടപ്പെടാതെ ആഞ്ചലോ സിനെ ഒന്നുഴിഞ്ഞുനോക്കി... പിന്നെ ആ മാമുക്കോയ മുഖത്തെ ഭാവം കണ്ടിട്ടാവണം വിധി വാങ്ങി തിരിച്ചും മറിച്ചും നോക്കി. പിന്നെ കഷ്ട പ്പെട്ട് വായിച്ചു.

“നിങ്ങൾ കേമ്പൻസേഷന് ഫയൽ ചെയ്ത കേസ് തള്ളിപ്പോയി.” അയാൾ പറഞ്ഞു.

ഹമ്മേ... ആഞ്ചലോസ് വാപൊളിച്ചു. “അയ്യോ കോമ്പൻസേഷൻ കീട്ടൂന്നാണല്ലോ വക്കീല് പറഞ്ഞത്.” ചതുരംഗത്തിലെ കുതിരയുടെ അറി യാത്ത ചാട്ടത്തിൽ തേരുവെട്ടിപ്പോയ ഇരയെപ്പോലെ ആഞ്ചലോസ്

കിതച്ചു.

"അതറിയില്ല. അയാളെവിടെ?"

"പകർപ്പ് മേടിച്ചോണ്ട് ചെല്ലാൻ പറഞ്ഞു അയാടെ ഓഫീസിലോട്ട്."

"ഉം ഉം. രക്ഷപ്പെട്ടു. ഇത് നിങ്ങളങ്ങോട്ട് കോമ്പൻസേഷൻ കൊടുക്കേണ്ടി വന്നനേം. ജഡ്ജി കാര്യത്തിന്റെ കിടപ്പ് അറിയാവുന്നതോണ്ട്.... തള്ളിക്കളഞ്ഞതാണ്."

ഉയ്യോ! വീണ്ടും ചെക്കിൽ കുടുങ്ങിയപോലെ ആഞ്ചലോസ് പതറി, രാജാവിനെ ഭദ്രമായിവെച്ചിട്ടും മറ്റൊരുവഴിക്ക് നടത്തിയ ആക്രമണത്തിലാണ് അടിയറവ്.

തുടർന്നയാൾ കാര്യങ്ങളെല്ലാം വള്ളിപുള്ളിവിടാതെ വായിച്ചിട്ട് പറഞ്ഞു.

"പരാതിക്കാരൻ ഹാജരായില്ലാന്നും പറയുന്നുണ്ട്."

"ഉയ്യോ!"

"എന്തായാലും വേണ്ടത്ര തെളിവ് ഹാജരാക്കത്തതിനാലാണ് കേസ് തള്ളിയതെന്നുണ്ട്."

"ആവശ്യത്തിന് തെളിവുകൾ കൊടുത്തിരുന്നല്ലോ!"

"കോടതി ആവശ്യപ്പെട്ടവ കൊടുത്തിട്ടില്ലന്ന്."

അപ്പോൾ ശരിക്കും അടിയറവ് തന്നെയെന്ന് ആഞ്ചലോസ് കരുതി.

"എങ്കീലാവിധി മലയാളത്തിലെഴുതി തരേണ്ടേ സാറെ..ദോണ്ടേ നെറ്റിയെലന്നപോലെ അവിടെ ഭിത്തീമേ എഴുതി വച്ചിട്ടുണ്ടല്ലോ മലയാളത്തിൽ മതീന്ന്...."

അതുകേട്ട് അയാൾ വാക്ക്മുട്ടിയപോലെ കമ്പ്യൂട്ടറിലേക്ക് കുനിഞ്ഞു.

ബ്രിട്ടീഷുകാരന്റ ഭാഷയും, നിയമങ്ങളും കുഴിച്ചിടാത്ത നെറികെട്ട വ്യവസ്ഥിതിയോർത്ത് ആഞ്ചലോസ് ചങ്കിലടിച്ചു. കളിതുടങ്ങുംമുമ്പ് കരുക്കളെ നിരത്തിയതൊക്കെ ഒന്നുകൂടി പരിശോധിച്ചു. സ്വയം കളിച്ച് ജയിക്കാമെന്ന് വച്ചെങ്കിലും ഈക്കളി ഉദ്ദേശിച്ചതുപോലല്ലന്നും, സഹായി വേണോന്നും കരുതീട്ടാ വക്കീലിനെ വച്ചത്. എന്നിട്ടും കളി തോറ്റു. മാത്രമല്ല രണ്ടോ മൂന്നോ നീക്കത്തിനു ജയിക്കൂന്ന് കരുതീത്, ഏറെ നീക്കങ്ങളും വേണ്ടിവന്നു.

വക്കീല് നേരത്തെ പറഞ്ഞത് ആഞ്ചലോസ് ഓർത്തു. "നിങ്ങൾ കേസിന്റെ പകർപ്പുകളൊക്കെ തരൂ."

മൂക്കിലെ കണ്ണട നീക്കി അയാൾ പറഞ്ഞു. "അതായത് മഞ്ഞപ്പിത്ത ബാധിതനായി ഉപ്പുകടവ് സർക്കാരാശുപത്രീക്കിടന്ന നിങ്ങളുടെ രക്തത്തിലെ ഹെപ്പറ്റൈറ്റീസ് എ യുടെ ആന്റിബോഡീസ് ചെക്കുചെയ്യാൻ എതിർകക്ഷിക്ക് കൊടുത്ത ചീട്ടിൽ നെഗറ്റീവാണന്നാണ് റിസൾട്ട് കിട്ടിയത് അല്ലേ."

"അതായത്...ഈ രോഗം ഭക്ഷണത്തിലൂടയോ കുടിവെള്ളത്തിലൂടയോ പകർന്നതല്ലന്ന്."

"ഹതെ."

“തുടർന്നവർ നിങ്ങളോട് HEPATATIS Bയും Cയും ടെസ്റ്റ് നടത്തിയാലെ രോഗകാരണം അറിയാനാവൂ എന്നു പറഞ്ഞു.”

“ഹതേ...കൂടുതൽ ടെസ്റ്റുകൾ നടത്തി വൈറസിന്റെ ഉറവിടം കണ്ടെത്തണമെന്ന്.”

“എന്നിട്ട്?”

“എലിപ്പനി മുതൽ എയ്ഡ്സ് ടെസ്റ്റ്‌വരെ നടത്തീട്ടും രോഗകാരണം കണ്ടെത്തിയില്ല.”

“പിന്നെ നിങ്ങളെന്തുചെയ്തു?”

“പിന്നീട് മണിപ്പാൽ ആശുപത്രീപ്പോയി ഒന്നുകൂടി എലീഷാ ടെസ്റ്റ് നടത്തിയപ്പാഴാണ് അറിയുന്നത് ടെസ്റ്റ് പോസിറ്റീവാണന്ന്. പണി എട്ടിൽ കിട്ടീതാ സാറെ. എയ്ഡസ് ആണോന്ന് പോലും ഞാൻ ഭയന്നുപോയി. അവരെന്നെ അത്രമാത്രം ഭയപ്പെടുത്തി... ലാബ് ആണതിന്റെ ഉത്തരവാദികൾ. അപ്പോഴെനിക്ക് നഷ്ടപരിഹാരം വേണ്ടേ വക്കീലേ.”

“തീർച്ചയായും കിട്ടേണ്ടതുതന്നെ.”

എത്രരൂപയായി ടെസ്റ്റിന്..

“അഞ്ഞൂറ്. അതായത് നൂറുരൂപയ്ക്ക് തീരേണ്ടത്.”

“HEPATATIS കാർഡ് ടെസ്റ്റായിരുന്നു അല്ലേ?”

“അതെ അതുതന്നെ...അതുചെയ്താലൊന്നും അറിയാനൊക്കത്തില്ലാന്ന് ദേ ഇതിനടിയില് കുനുകുനാന്ന് എഴുതീട്ടുമുണ്ട്...അടുത്തടെസ്റ്റ് പത്തായിരത്തിന്റേതാ.....!”

“കാർഡ് ടെസ്റ്റ് ആയിരുന്നോ ഡോക്ടർ എഴുതീത്.”

“ഏയ് ഡോക്ടറങ്ങനൊന്നും എഴുതീട്ടില്ല.”

“പിന്നെ. ഉറപ്പില്ലാത്ത ടെസ്റ്റ് നടത്തിയതെന്തിന്!”

“അതെല്ലേ സാറെ ഗുട്ടൻസ്. ലവന്മാർക്ക് സംഗതിയറിയാം... പക്ഷേ ചെയ്യില്ല. നെഗറ്റീവ് ആക്കി വീണ്ടും ടെസ്റ്റുകൾ നടത്തി രോഗീടെ ആപ്പീസ് പൂട്ടിക്കലാ ഇവന്മാരുടെ പരിപാടി. അതോണ്ട് എനിക്കുണ്ടായ, ഭയത്തിനും മനഃപ്രയാസത്തിനും നഷ്ടപരിഹാരം വേണോന്നാ ഞാൻ വാദിക്കുന്നത്.”

ആഞ്ചലോസ് കരുക്കളുടെ ആൾബലം നന്നായി ഉപയോഗപ്പെടുത്തി കുതിരയെ ചലിപ്പിച്ചു. ഉഗ്രൻ നീക്കം. എതിർകക്ഷീടെ ആന ചെരിഞ്ഞു.

“മഞ്ഞപ്പിത്തം വന്ന് രണ്ടാഴ്ചയ്ക്ക്ശേഷമേ രക്തത്തിൽ ആന്റിബോഡീസ് രൂപപ്പെടുന്ന് കാണുന്നുണ്ടല്ലോ...”

“ഒക്കെ ശരീന്ന്...മൂന്നാഴ്ചമുമ്പേ മഞ്ഞപ്പിത്താന്ന് റിസൾട്ട് കൂടെ വച്ചിട്ടുണ്ടന്നേ. അതീ കുറയാത്തോണ്ടല്ലേ...ഉപ്പുകടവിൽ അഡ്മിറ്റായത്.”

“ഓഹോ അപ്പോ മൂന്നാഴ്ച മുന്നേ രോഗം വന്നെന്ന് അറിഞ്ഞു.”

“ഉവ്വന്നേ..” ആഞ്ചലോസ് എതിരാളീടെ ആളെ ചുമ്മാവെട്ടി ചതുരംഗത്തിന് വെളിലിട്ടു.

“കാർഡ് ടെസ്റ്റ് മതീന്ന് താങ്കൾ പറഞ്ഞോ?”

“ഏയ് ... നീക്കങ്ങളൊന്നും നമുക്കറിയില്ല. പിഴയ്ക്കുമ്പോളല്ലേ കാര്യങ്ങളെ പഠിക്കുക. വെറും നൂറിന് തീരേണ്ടതല്ലേ പത്തായിരമാക്കീത്.”

"എങ്ങനറിയാം?"

"ഇതൊക്കെ ചൈനേന്ന് വരുന്നതാണന്നേ. കൂട്ടകാരൻ നെറ്റില് നോക്കീട്ട് ഒക്കെ കാട്ടിത്തന്നു."

"ഓഹോ...അപ്പോ മഞ്ഞപ്പിത്തം എങ്ങനെവന്നൂന്ന് ചൈനക്കാരുടെ ടെക്നോളജി കുറഞ്ഞ ചെലവിൽ ഉപയോഗിക്കുന്നു. അല്ലേ!"

"ഉവ്വന്നേ വെറും വെള്ളം കുടിച്ച് കുടിച്ച് കളയേണ്ട രോഗമാണിത്.... അതിനാണന്നേ ഈ കടുംവെട്ട്. അപ്പോ ഈ ചതിക്ക് നഷ്ടപരിഹാരം വേണ്ടേ സാറേ."

"വേണം വേണം..തീർച്ചയായും." വക്കീലൊന്നു ഞെളിഞ്ഞു.

"കേസ് മൂന്ന് മാസത്തിനുള്ളീ തീരൂന്നാ കേട്ടത്...ശരിയാണോ സാറെ?

"ശരിയാ... ധൈര്യായിരിക്ക്.. ഒരുലക്ഷമെങ്കിലും കോമ്പൻസേഷൻ വാങ്ങിത്തരാം..."

"അപ്പോ കളി സാറങ്ങട് ഭംഗിയായി നടത്ത്."

പക്ഷേ, എത്ര ചെക്ക്കൊടുത്തിട്ടും കരുക്കളെ വെട്ടാനാവാതെ കുഴഞ്ഞ വക്കീലിനെപ്പറ്റി ആഞ്ചലോസിന് അറപ്പുതോന്നി.

കൈയിലൊരു പാമ്പിനെ ചുറ്റിയപോലെ വിധിപ്പകർപ്പ് കൈയിലിട്ട് ആഞ്ചോലോസ് മൊരഞ്ഞു. സൂക്ഷിച്ചു കളിച്ചില്ലേല് ചതുരംഗക്കളിയില് തോല്ക്കാനുള്ള ഒരുപാട് ഗ്യാപ്പുകളുണ്ടല്ലോന്നും വ്യഥപ്പെട്ടു. ഇത്രകാലം കളിച്ചിട്ടും കളത്തിലേ പ്ളാസ്റ്റിക് കരുക്കൾക്കൊന്നും ജീവനില്ലല്ലോന്നും ആരെങ്കിലും എടുത്ത് വച്ചാലെ കളി നടക്കൂ എന്നും ആഞ്ചലോസ് ഇപ്പോഴാണ് മനസ്സിലാക്കുന്നത്. കളിക്കാര് വച്ച രാജസദസ്സിനെ ചലിപ്പിക്കുന്നതും അവരാണ്. അതുകൊണ്ട് ചതുരംഗക്കളി തേജസ്സില്ലാത്തതെന്ന് ആഞ്ചലോസ് ആണയിട്ടു. ഈ കളത്തിലെ നീക്കങ്ങളെല്ലാം അവിശ്വസനീയമാണ്. ബഹുനിലക്കെട്ടിടത്തിന്റെ പടികൾ ആടിയാടി ഇറങ്ങി ആഞ്ചലോസ് പ്രാകി. പ്ലാസ്റ്റിക് ഹൃദയമുള്ള കരുക്കളെ വിശ്വസിക്കാനാവൂല്ല... അതുകൊണ്ട് സ്വയം ചലിക്കുന്ന കമ്പ്യൂട്ടർ മനുഷ്യൻ വരട്ടെയെന്ന് ആഞ്ചലോസ് വെറുതെ ആഗ്രഹിച്ചു.... അങ്ങനെ കമ്പ്യൂട്ടർ വക്കീൽ, കമ്പ്യൂട്ടർ സാക്ഷി. കമ്പ്യൂട്ടർ ജഡ്ജി.... ഹഹഹഹ ആഞ്ചലോസ് പൊട്ടിച്ചിരിച്ചു. സങ്കടത്തിന്റ അനേകം ചാലുകൾ മുഖത്ത് വീഴിച്ച് ആഞ്ചലോസ് കൈയിലെ വിധിപ്പകർപ്പുമായി ഓരോനടയും കീഴോട്ട് വച്ചു.

താഴെയെത്തി.. അവിടെ മതിലിനോട് ചേർന്ന തട്ടുകടേന്ന് ചായകുടിക്കണമെന്ന് തോന്നി... അപ്പോഴാണ് ഒരുവശത്തെ ബഞ്ചിലിരുന്ന് രണ്ടുപേർ ചെസ്സ് കളിയിലേർപ്പെട്ടത് കണ്ടത്... പ്രായമുള്ളവരാണ്.... ഒരാൾക്ക് മൊട്ടത്തലയും, മറ്റവന് നരതുടങ്ങിയ കൂർത്ത തലയും. ആഞ്ചലോസിന്റെ ഹൃദയം തരിച്ചു. അയാൾ അവർക്കരികിലെത്തി. കരുക്കളുടെ നീക്കം, സ്ഥാനം ഇവയൊക്കെ പരിശോധിച്ചു.

ചായമൊത്തി കുടിച്ച് ദൃഷ്ടിക്ക് മൂർച്ചകൂട്ടി. ഹോ... ആഞ്ചലോസ് പൊടുന്നനെ അന്ധാളിച്ചുപോയി. എത്ര ഉജ്ജ്വലമായ നീക്കമാണ് എതി

രാളിമൊട്ടത്തലയൻ നീക്കിവച്ചിരിക്കുന്നത്. തന്ത്രപരമായ ഒരു നീക്കത്തിൽ അയാൾ തന്റെ മന്ത്രിയെ അപരന്റെ തേരിന് നേരെ വച്ചിരിക്കുന്നു... ഹോ... അയാളത് കാണുന്നില്ലേ.....അവിടെ അടിയറവ് ആഞ്ചലോസ് കണ്ടു.. രണ്ടു മൂന്ന് നാല്..... നീക്കങ്ങൾക്ക് അവിടെ അടിയറവുണ്ട്.

"ദേ സാറെ സാറിന്റെ തേര് കുടുങ്ങീട്ടുണ്ട്..." അയാളോട് ചേർന്ന് നിന്നുകൊണ്ട് ആഞ്ചലോസ് ആവേഗപ്പെട്ടു.

രണ്ടുപേരുമപ്പോൾ ആഞ്ചലോസിനേ തലപൊക്കി നോക്കി... മൊട്ട ത്തലയൻ(എതിരാളി) ചിരിച്ചു പറഞ്ഞു. "അങ്ങനെതന്നെയാണ് മിസ്റ്റർ ഈഒക്കളി. ഒരാളുടെ കഴിവിനെ അവനറിയാതെ കുടുക്കി അവനെ തോല്പി ക്കുന്ന കളിയാണിത്... ദുർബ്ബലൻ എവിടെയും തോക്കുമല്ലോ..അവിടെ എത്രചൂണ്ടിയിട്ടും കാര്യമില്ല...."

ആഞ്ചലോസപ്പോൾ ചായ ഒറ്റ മോന്തിന് അകത്താക്കി ചതുരംഗ ത്തിലേക്ക് കുനിഞ്ഞ് അപരനോട് പറഞ്ഞു...."നോക്കൂ സാറെ ...ആ കുതിര ചാടി മന്ത്രിയെ മറയ്ക്കു അല്ലെങ്കിൽ കളിതോറ്റേക്കാം."

"ഏയ് നോക്കൂ അത് പറിക്കാനാവൂല്ല അപ്പുറെ അയാളുടെ ആന തുമ്പിക്കൈപൊക്കിനില്ക്കുന്നു."

അത് ആഞ്ചലോസ് കാണാതെപോയിരുന്നു...

"ഓ ശരിയാ." പറഞ്ഞുപോയ മണ്ടത്തരത്തിൽ ആഞ്ചലോസ് വിളറി...

"എന്നാൽ നമുക്ക്...രാജാവിനെ ഒരുകളം ഇടത്തേക്ക് മാറ്റി സുരക്ഷി തനായി നിർത്തിയാലോ."

"അത് സുരക്ഷിതം തന്നെയാണ് മിസ്റ്റർ. പക്ഷേ, തേരുകൂടി പോയാൽ നമ്മുടെ ആളുകളെയെല്ലാം ആ വെളുമ്പൻ മന്ത്രി വിഴുങ്ങിക്ക ളയും."

"എങ്കിൽ രാജാവിനു മുമ്പിലുള്ള ആളെത്തള്ളി തേരിന് സപ്പോർട്ട് കൊടുക്കൂ."

"അപ്പോ എതിരാളി കുതിരയിറക്കി ഇങ്ങേവഴിക്ക് ആക്രമണം നടത്തും മിസ്റ്റർ."

എതിരാളിയപ്പോൾ ശുണ്ഠിയെടുത്തു. "വേണ്ട കളിപറയരുത്.. കളി കളിക്കാനുള്ളതാണ്."

ശരിയാണല്ലോന്ന് ആഞ്ചോലസപ്പോൾ ഓർമ്മിച്ചു. ചില കളികളെത്ര കഷ്ടപ്പെട്ടാലും ജയിച്ചുകേറൂല്ല. സ്വയം ജയിച്ചൂന്ന് തോന്നുമെങ്കിലും പരാ ജയം വിട്ടൊഴിയൂല്ലാ. കാലിടറാതെ മുന്നോട്ടുനീങ്ങുന്നവന്റെ വേവലാതി അവനെ അറിയൂ. അങ്ങനെ ചിന്തിച്ച് ആഞ്ചലോസ് മനസ്സ് പറിച്ച് പിന്നോ ട്ടുപോയി..

കേസ് നമ്പർ 812/ 2009 കൊരങ്ങു പറമ്പിൽ ആഞ്ചലോസ്... കൊര ങ്ങുപറമ്പിൽ ആഞ്ചലോസ്.....

അയാൾ കേറിനിന്നു മരക്കൂട്ടിനുള്ളിലേക്ക്.

സത്യസന്ധമായകാര്യങ്ങളേ ബോധിപ്പിക്കാവൂ...വേദപുസ്തകത്തിൽ ആണയിട്ടു.

എത്രപേരുടെ അവിശുദ്ധ കൈപതിച്ച വേദഗ്രന്ഥമാണതെന്ന് ആഞ്ചലോസ് ചിന്തിച്ചു. മൂവർസംഘത്തിൽ രാജാവെന്ന് തോന്നിക്കുന്ന കരുചുണ്ട് പരമാവധി ഒതുക്കി ചിനപ്പിച്ചു.

"പരാതിക്കാരൻ സങ്കടങ്ങൾ ബോധിപ്പിക്കൂ."

"സർ, മഞ്ഞപ്പിത്തംമൂത്ത് ഉപ്പുകടവ് സർക്കാർ ആശുപത്രിയിലെത്തിയ എനിക്ക് ഏങ്ങനെ രോഗം പിടിപെട്ടുന്നറിയാൻനടത്തിയ ടെസ്റ്റിൽ എതിർകക്ഷി HEPATATIS A-1gm പോസിറ്റീവ് റിസൾട്ടിനു പകരം നെഗറ്റീവ് എന്ന് കാണിച്ച് എന്റെ രോഗപീഡയെ കബളിപ്പിച്ച് പണമുണ്ടാക്കാൻ ശ്രമിച്ചു."

"എങ്ങനെ?" രാജാവ് ചോദിച്ചപ്പോൾ വീണ്ടും വിശദീകരിച്ചശേഷം ആഞ്ചലോസ് പറഞ്ഞു. "അതിന്റെ രേഖകളെല്ലാം പരാതിക്കൊപ്പം വച്ചിട്ടുണ്ട് സർ..."

"കുറിപ്പിൽക്കണ്ട റാപ്പിഡ് ടെസ്റ്റാണ് ഞങ്ങൾ നടത്തീത്." എതിർകക്ഷി ബോധിപ്പിച്ചു.

"അത് ഉറപ്പുള്ള ടെസ്റ്റല്ല. ഉറപ്പില്ലാത്ത HAV കാർഡ് റാപ്പിഡ് ടെസ്റ്റ് ഡോക്ടർ എഴുതീട്ടില്ല..... പിന്നെന്തിനാണ് നിങ്ങളത് നടത്തീത്." ആഞ്ചലോസ് ചൊടിച്ചു.

"ഡോക്ടർ എന്തുടെസ്റ്റാണ് എഴുതീത്." രാജാവ് ചോദിച്ചു.

"HEPATATIS-A1gm ഉണ്ടോന്ന് നോക്കാനേ പറഞ്ഞുള്ളൂ. ഏതു തരമെന്നില്ല." ആഞ്ചലോസ് പറഞ്ഞു. "കാർഡ്ടെസ്റ്റിൽ ആന്റിബോഡീസ് തെളിയൂല്ല."

"പിന്നെന്തിന് അത് നടത്തി രോഗിയെ കബളിപ്പിച്ചു."

"പിന്നേതു ടെസ്റ്റായിരുന്നു നടത്തേണ്ടിയിരുന്നത്." രാജാവ്ചോദിച്ചു

"എലീഷാ."

"എലീഷാ ടെസ്റ്റിലെ വിവരങ്ങൾ അറിയൂ....".

"ആ ടെസ്റ്റ് ഞങ്ങളുടെ അടുത്തില്ല."എതിർകക്ഷി പറഞ്ഞു.

"പിന്നെ ഇല്ലാത്ത ടെസ്റ്റെടുത്തതെന്തിന്?"

"കുറിപ്പിൽ എലീഷാന്ന് പറഞ്ഞിരുന്നില്ല."

"കാർഡ് എന്ന് പറഞ്ഞിരുന്നോ?"

"കുറിപ്പിൽ നോക്കണം."എതിർ കക്ഷി തലയൂരി.

"അങ്ങനെയും പറഞ്ഞിരുന്നില്ല." ആഞ്ചലോസ് തേരിനെ വെട്ടാൻ ശ്രമിച്ചു.

"ശരീ ആ കുറിപ്പെവിടെ?" രാജാവ് മുരണ്ടു.

"അത് ലാബീന്ന് തിരിച്ചുതന്നില്ല... റിസൾട്ട് മാത്രമേ തന്നുള്ളൂ."ആഞ്ചലോസ് പറഞ്ഞു.

അപ്പോൾ രാജാവ് രണ്ടാകക്ഷിയോട് ചോദിച്ചു. "പറയാത്ത ടെസ്റ്റു നടത്തി രോഗിയെ കബളിപ്പിച്ചുവെന്നാണ് ഒന്നാംകക്ഷി പറയുന്നത്... അത് ശരിയാണോ?"

"ഒരിക്കലുമില്ല. ഞങ്ങൾ വളരെ സത്യസന്ധരായി ജോലിചെയ്യുന്ന

വരാണ്.''

''പിന്നെങ്ങനെ മറ്റൊരു ടെസ്റ്റിൽ റിസൾട്ട് പോസിറ്റീവായി?'' ആഞ്ചലോസ് ചോദിച്ചു

അപ്പോൾ എതിർ കക്ഷീടെ വക്കീൽ പതറുന്നതും....ചില ആംഗവിക്ഷേപങ്ങളോടെ എന്തോ അയാളെ ധരിപ്പിക്കാൻ ശ്രമിക്കുന്നതും ആഞ്ചലോസ് കണ്ടു.

''രോഗിയുടെ രക്തത്തിലെ ആന്റിബോഡി കണ്ടെത്താൻ രണ്ടാഴ്ചയെങ്കിലും എടുക്കും അതാണ് റിസൾട്ട് നെഗറ്റീവായത്.''

''മൂന്നാഴ്ചമുമ്പ് രോഗം സ്ഥിരീകരിച്ച മറ്റൊരു റിപ്പോർട്ട് ഫയലിലുണ്ട്, സർ.'' ആഞ്ചലോസ് ഉച്ചത്തിലായി...സഭയിലുള്ള മറ്റ് വക്കിൽ സേനയും..കേസ് ദാതാക്കളും അപ്പോൾ ആവേശത്തിലാകുന്നത് കണ്ടു.. അവർ ആഞ്ചലോസിന്റെ ഊറ്റത്തിൽ വീര്യംകൊണ്ടു.

അതുകണ്ട് എതിരാളി മറ്റൊരു കരു നീക്കി രാജാവിന് ചെക്ക് കൊടുത്തു. ചെക്.

''സർ ഞങ്ങൾ മാംഗോ ഡയഗ്നോസിസീന്റെ ഉല്പന്നങ്ങളാണ് ടെസ്റ്റിന് ഉപയോഗിക്കുന്നത്. അതുകൊണ്ട് അവരെക്കൂടി ഈ കേസിൽ സാക്ഷിയാക്കണം..കൂടാതെ ലാബ് ടെക്നീഷ്യനെക്കൂടി സാക്ഷിയാക്കി വാദിച്ചാലേ ഇക്കാര്യങ്ങൾ കോടതിക്ക് ബോദ്ധ്യമാകൂ.''

''ശരി..അവർക്ക് സമൻസയക്കൂ...'' രാജാവ് ഉത്തരവിട്ടു.

''സർ എതിർകക്ഷി കേസ് വളച്ചൊടിക്കുകയാണ്... ആവശ്യത്തിന് തെളിവുള്ളപ്പോൾ എതിർകക്ഷിപറയുന്ന സാക്ഷികൾ ഈ കേസിന് ആവശ്യമില്ല...''

''അതല്ല.... അവർക്ക് അവസരംകൊടുക്കണം... എത്രത്തോളം അവർക്കാകുമെന്ന് നോക്കണം... ശരി കേസ്... അടുത്തമാസം..... 25 ലേക്ക് മാറ്റിയിരിക്കുന്നു...''

''ആഹ് വൗ....'' ഒച്ചകേട്ട് ആഞ്ചലോസ് നോക്കുമ്പോൾ മൊട്ടത്തലയൻ തന്റെ നീക്കം വിജയിച്ചതിന്റെ ആഹ്ലാദത്തിൽ വായ തുറന്നിരിക്കുന്നു.

അത്രമാത്രം എതിരാളിയുടെ പാളയത്തിൽക്കേറി അയാളുടെ രാജാവിനെ വെട്ടാൻ നോക്കിയെങ്കിലും പ്രത്യാക്രമണത്തിലൂടെ ആൾമറ സൃഷ്ടിച്ചുകൊണ്ട്.... സ്വയം രക്ഷപ്പെട്ടതായി തോന്നിച്ചതിന്റെ ഉച്ഛ്വാസമായിരുന്നു ആഞ്ചലോസപ്പോൾ കേട്ടത്.

ആഞ്ചലോസ് ചതുരംഗക്കളി നോക്കി പിന്നേയും നിന്നു. തന്റെ കക്ഷിയെ രക്ഷിക്കാൻ ഒരു ശ്രമംകൂടി നടത്തിനോക്കി. പക്ഷേ, മൂന്നാലാളുകളും രാജാവും, ഒരാനയും മാത്രമായിത്തീർന്ന കളിക്കളം പൊടുന്നനെ ശോകപൂർണ്ണമായിത്തീർന്നിരുന്നു.

എതിരാളി പല പല മാർഗ്ഗങ്ങൾ ഉപയോഗിച്ച് അപ്പോളേക്കും തന്റെ കക്ഷിയെ വെട്ടിനിരത്തിയത് ആഞ്ചലോസ് അപ്പോളാണ് അറിയുന്നത്. അത്രയും സമ്പന്നമായിരുന്ന തന്റെ കരുക്കളെയെല്ലാം എതിരാളി വെട്ടിത്തരിശാക്കിയതിൽ തന്റെ കക്ഷി നെടുവീർപ്പെടുന്നത് ആഞ്ചലോസ് വേപ

ഥുവോടെ കണ്ടു. വെളുത്ത ആനയെ രക്ഷിച്ചെടുക്കാൻ ഒരല്പം വേഗം പൂണ്ട തന്റെ കക്ഷി അതുചെയ്തതും ആനയ്ക്ക് പകരം തന്റെ തേരു തന്നെ വെട്ടിയെടുത്തുകൊണ്ട് എതിരാളി വിജയാഹ്ളാദം മുഴക്കീത് തന്റെ കക്ഷിക്ക് ഇരുട്ടടിയായിരുന്നു.

ഹോ... ഈ കളിയിൽ എത്രമാത്രം കാണാത്ത വഴികളാണ്.... പരസ് പരം തോല്ക്കാനും ജയിക്കാനും മനുഷ്യരെ കാത്തിരിക്കുന്നതെന്ന് ഓർത്ത് ആഞ്ചലോസും വാ പൊളിച്ചു.

എങ്കിലും കൂടുതൽ ആവേശവാനായ് കളികളിനിയും ധാരാളം ബാക്കിനില്ക്കുമെന്നും ഒരു പരാജയം വെറുമൊരു പ്രഹസനം മാത്ര മെന്നും നിനച്ച് തന്റെ കക്ഷി അടുത്തകളിക്കുള്ള ശ്രമത്തിലേക്ക് വെടി വട്ടം വീണുപോയതും ആഞ്ചലോസ് തട്ടുകടവിട്ട് പുറത്തുകടന്നു.

- ആത്മനിഷ്ഠയോടെ സ്വന്തം സ്വത്വത്തെ
തിരിച്ചറിയാനുള്ള വ്യഗ്രതയാണ് വിജയം
കണ്ണാടിപോലെ തിളങ്ങുന്ന അത് സംഭവിക്കുന്നവരെ
കാത്തിരുന്നേമതിയാവൂ.

ഹമാരദേശത്തിലെ ഒരെലി

ആകാശത്തുനിന്നുനോക്കുമ്പോൾ ഭൂമിക്ക് മഞ്ഞനിറമായിരുന്നു. ഭ്രാന്തെടുത്ത് കലിതുള്ളികുത്തിയൊഴുകിയ വെള്ളമപ്പോൾ ഭ്രാന്തൊതുങ്ങി വീടുകളെയും മരങ്ങളെയും പൊട്ടുപോലെ തെളിച്ചുകിടത്തിയിരിക്കുന്നത് ക്യാമറയിലെന്നപോലെ കാണാം. ഇടയ്ക്കിടെ മഴനൂലുകൾ കടലായി പെയ്തിറങ്ങുന്നു. കൃഷ്ണൻകുന്നിൽ മാത്രം ആൽമരങ്ങൾ കാറ്റിൽ പിടരാതെ പിടിച്ചുനില്ക്കുന്നുവെങ്കിലും ആർത്തട്ടഹസിക്കുന്ന പ്രകൃതിക്ക് താഴെ ജനം മരണമോ.. പുനർജ്ജനനമോ എന്നറിയാതെ കേഴുന്നു. ആളുകൾ പരസ്പരം രക്ഷകരാകുന്ന അതിസാഹസികമായ കാഴ്ച കണ്ണിൽ നിറയുകയാണ്.

നഷ്ടപ്പെടുന്ന ജീവനെ പെറുക്കിയെടുക്കാൻ രാമൻകുന്നിലെ ചെറുപ്പക്കാരുമുണ്ട്. കൃഷ്ണൻകുന്നിനു താഴെ ചാലിയാർ പള്ളവീർത്ത് വീർത്ത് വരുന്നതുനോക്കി രാമൻകുന്നുകാർ രാമനേയും കൃഷ്ണൻകുന്നുകാർ കൃഷ്ണനേയും നാവിൽ വച്ചു. ഹെന്റെ രാമാ!!! ഹെന്റെ കൃഷ്ണാ!!

ജലത്തിന്റെ സംഹാരം ആദ്യമായിക്കാണുന്നവർ ജീവിതമിവിടെ തീരുന്നുവോ എന്നും വെപ്രാളപ്പെട്ടു.

പെട്ടെന്നാണ് രാമൻകുന്നിലെ ചെറുപ്പക്കാർ എന്തിന്റെയോ പുറകെ ഓടുന്നത് കണ്ടത്.

തോട്ടാമണിശ്ശേരി രാജപ്പൻ അലറി, “അതാ ആ എലി.” അങ്കക്കലിപൂണ്ടെന്നപോലെ എല്ലാവരുമപ്പോൾ എലിക്ക് പുറകെ പാഞ്ഞു,

“ഉസ്ക്കോ പക്കടോ. മത് ഛോഡോ (പിടിക്കതിനെ വിടരുത്).” മേളം പറമ്പിൽ ദാസൻകുഞ്ഞും ഒച്ചയിട്ടു. നോർത്തിന്ത്യേല് ഇഞ്ചിവിറ്റ് കാശുകാരനായ ദാസൻകുഞ്ഞ് രാമൻകുന്നിലിപ്പോൾ ഇരുനില വീടുകെട്ടി സൗകര്യങ്ങളൊക്കെയായി താമസിക്കുകയാണ്. അങ്ങേരാണിപ്പോൾ അവരുടെ നേതാവ്. അയാളുടെ വാക്കുകൾപ്പുറം രാമൻകുന്നുകാർക്ക് ഒന്നുമില്ല. മഴത്തുള്ളികൾ നക്കിയെടുത്ത നെറ്റിയിലെ ബാക്കി ഭസ്മക്കൂട്ടയാൾ

തുടച്ചെറിഞ്ഞു. പട്ടാളത്തീന്ന് പിരിഞ്ഞ തോട്ടാമണിശ്ശേരി രാജപ്പനാണ് അയാളുടെ വലംകൈ. കാക്കിനിക്കറും പട്ടാളത്തൊപ്പിയും, അല്പം ഹിന്ദിയും രാജപ്പന് നിർബ്ബന്ധമാണ്. അതയാൾ തക്കംകിട്ടുമ്പോഴൊക്കെ പ്രയോഗിക്കും. കഴിഞ്ഞമാസം രാമൻകുന്നിൽ നടന്ന ഡോ: പശുപതി യുടെ ക്ലാസിനുശേഷം എലികൾ അവരുടെ ശത്രുവായിക്കഴിഞ്ഞിരുന്നു.

ഏതാണ്ട് പത്തോളം ആളുകൾ പ്രായഭേദമെന്യേ കൈയിൽ പത്ത ലുകളുമായി ഒരെലിക്ക് പിറകെ പായുന്നതുകണ്ട് ആളുകൾ അന്ധാളിച്ചു. മൂക്കത്ത് വിരലുകൾ വച്ചു. എത്ര കിണഞ്ഞ് ശ്രമിച്ചിട്ടും അതിനെ കൊല്ലാ നാവാതെ അവർ അണയ്ക്കുകയാണ്. എലിയെന്ന വിരുതന്റ പുറകെ പാഞ്ഞ് പിടിക്കാൻ എളുപ്പമല്ലെന്ന് ആർക്കാണ് അറിയാത്തത്. അത്രമാത്രം തന്ത്രശാലിയാണതെന്ന് ആർക്കാണറിയാത്തത്. തീറ്റയെടുക്കുമ്പോൾ പോലും പലതവണ പുറകോട്ടും മുമ്പോട്ടും ദ്രുതഗതിയിൽ ചലിച്ച് ആപത്ത് എന്തെങ്കിലുമുണ്ടോന്ന് പരിശോധിച്ചേ എലികൾ തീറ്റയെടുക്കാ

റുള്ളൂ. ആ വിരുതന്റെ പുറകെയാണ് മഴ ഇങ്ങനെ അതിഘോരമായി ഭൂമിയെ മർദ്ദിക്കുമ്പോൾ രാമൻകുന്നുകാർ പായുന്നത്.

വിഭ്രാന്തി കുടിച്ച മനുഷ്യരുടെ ദീനവിലാപങ്ങൾക്കിടയിൽ, സഹായങ്ങളും, രക്ഷപ്പെടുത്തലുകളുമായി ബോട്ടുകളും ചങ്ങാടങ്ങളും തലങ്ങും വിലങ്ങുംപായുമ്പോൾ രാമൻകുന്നുകാരും അവർക്കൊപ്പം കൂടിയിരുന്നു. പൊടുന്നനെയാണ് തോട്ടാമ്മണിശ്ശേരി രാജപ്പൻ എലിയെ കണ്ടതും അലറിയതും. അന്നേരമത് വെള്ളത്തിലൂടെ തുഴഞ്ഞ്, അണച്ച് കരപറ്റുകയായിരുന്നു.

ദാസൻകുഞ്ഞ് ആഹ്വാനം ചെയ്തു. "പിടിയവനെ. എലിപ്പനി മാരകമാണ്.. എലിയും." ഡോ. പശുപതീടെ വാക്കുകൾ അയാളുടെ തലയിൽ ഭ്രാന്ത് കേറ്റീരുന്നു. എലിയെ കുടുക്കാനുള്ള വിദ്യകൾ അയാൾ ഓരോന്നായി രാമൻകുന്നുകാർക്ക് ചൊല്ലിക്കൊടുത്തിരുന്നു... അതിൽ വിഷത്തീറ്റ, എലിക്കത്രിക, പ്ലാസ്റ്റിക് കുപ്പിക്കുടുക്ക് എല്ലാമുണ്ട്.

"വെള്ളത്തിൽ മുങ്ങിച്ചാവേണ്ടവൻ രക്ഷപ്പെടുന്നോ? പാടില്ല." എലി തോട്ടാമണിശ്ശേരിയെ വല്ലാതെ ക്ഷോഭിപ്പിച്ചു.

സംഗതി ശരിയാ, എലി കരയിലേക്ക് തന്നാ വെറളിപിടിച്ച് പായുന്നത്. എല്ലാവരും ശരിവച്ചു. വെള്ളത്തിൽ മുങ്ങിച്ചേകേണ്ട ഒരെലിയും രക്ഷപ്പെടാൻ പാടില്ലന്നവർ ആർപ്പുവിളിച്ചു.

"തല്ലിക്കൊല്ലേണ്ട ഇനം. വിടരുത്." താടി നരച്ച ലക്ഷ്മണേട്ടനും വിട്ടില്ല.

"ഇപ്പോക്കൊന്നില്ലേപ്പിന്നെ കഴിയൂല്ലാ..പൊത്തിലെല്ലാം വെള്ളംകേറികിടക്കാ."

അടുത്തുകൂടിപാഞ്ഞ എലിയെ കോമരം തങ്കപ്പൻ ചുമലേക്കിടന്ന ഏലപ്പാട്ടെ മുത്തശ്ശിയമ്മയെ തോളിലമുക്കിപ്പിടിച്ച് ആഞ്ഞു ചവിട്ടി... എലി അയാളേയും വെട്ടിച്ച് കൈതോലക്കൂട്ടങ്ങൾക്കിടയിലേക്ക് നൂഴ്ന്നു. മുത്തശ്ശിയെ താഴെവച്ച് തങ്കപ്പൻ ഒരു പത്തലെടുത്ത് കൈതോലക്കാട് വകഞ്ഞ് ഒച്ചയിടാൻ തുടങ്ങി. "എവിടാടാ നായിന്റെ മകാ...നീ." അപ്പോഴേക്കും തോട്ടാമണിശ്ശേരിയും, ദാസൻകുഞ്ഞുംകൂടി ഓടിയെത്തി എലിയെ പരതുന്ന തിരക്കിൽപ്പെട്ടു. അപ്പോ വേവലാതിയോടെ മുത്തശ്ശി ചോദിച്ചു.

"എന്തിനാമക്കളെ ഇപ്പോ എലി. തിന്നാനാണോ?"

"അല്ല മുത്തശ്ശി കൊല്ലാനാണ്."

"അതുപോകട്ട് മോനെ. നിനക്ക് വേറെ കിട്ടും."

"എലിപ്പനിമാരകമാണ് മുത്തശ്ശി. എലി വലിയ വിനാശകാരിയും അപ്പോളതിനെ കൊല്ലണ്ടേ."തോട്ടാമണിശ്ശേരി അതുപറഞ്ഞ് മുണ്ട് മടക്കികുത്തി തയ്യാറായി. കോമരമപ്പോൾ മുത്തശ്ശിയെ മറന്നുകൊണ്ട് എലിയെ തപ്പിത്തപ്പിപോകുകയാണ്. മടക്കിക്കുത്തിയ മുണ്ടപ്പോൾ അയാളുടെ പിൻതുടകളുടെ ശക്തികാണിച്ചു.

"അയ്യോ! മോനെ..മോനെ പോകല്ലേ. ഞാൻ മുങ്ങിച്ചാകും." മുത്തശ്ശി വിലപിച്ചു.

വീടുകളേയും മരങ്ങളേയും വെള്ളംതിന്നുതിന്ന് വരുന്നതുകണ്ട് ഇത്ര

ജീവിച്ചിട്ടും കൊതിതീരാത്ത മുത്തശ്ശി വിലപിക്കുകയാണ്.

മുത്തശ്ശിക്ക് ചുറ്റും വെള്ളം ഉയർന്നുയർന്നു വന്നു. എലിയെ ഇഷ്ടമല്ലാത്ത രാമൻകുന്നുകാരപ്പോൾ എലിക്ക് പുറകെ വച്ചുപിടിക്കയാണ്. പക്ഷേ, എലിയുടെ ചടുലതയും, വെട്ടിച്ചുമാറലും തന്ത്രപരമായതിനാൽ കൊല്ലാനത്ര എളുപ്പമായിരുന്നില്ല. അതവരെ വിളറിപിടിപ്പിച്ചു.. എങ്കിലും തക്കത്തിൽ കിട്ടിയതിനെ കൊല്ലണോന്ന് അവരും കരുതി.

എലികൾചുണ്ടുകോട്ടുന്നതും, വീറുകാട്ടുന്നതും, വെട്ടിച്ചുമാറുന്നതും വളരെ ഉയരത്തീന്ന് ചാടുന്നതും, പൊടുന്നനെ അളയിൽക്കേറി ഒളിക്കുന്നതുമെല്ലാം രാമൻകുന്നുകാരുടെ ഹാലിളക്കിയിരുന്നു. അതുകൊണ്ട് കൈയിൽക്കിട്ടിയതെല്ലാം എലിക്ക്നേരേ എറിഞ്ഞവർ ശൗര്യം തീർക്കുകയാണ്. കൂട്ടത്തിൽ പ്രായമുള്ള പൊന്നപ്പനും അങ്ങനെതന്നെ ചെയ്തു. രാമൻ കുന്നിൽ ഡോ: പശുപതിയുടെ എലിവധം എങ്ങനെ, എന്തിന്, എന്തുകൊണ്ട് എന്ന ക്ലാസിന് ശേഷമാണ് എലികളെ കൂട്ടവധം നടത്തേണ്ടതിനെക്കുറിച്ച് രാമൻകുന്നുകാർ ബോധവാന്മാരായത്. പിന്നീടവർ എലിയെ ഭീകര ജീവിയായി പ്രഖ്യാപിക്കയായിരുന്നു.

കഴിഞ്ഞവർഷം *എലിവധം* നാടകം രാമൻകുന്ന് മഹാ ശിവക്ഷേത്രത്തിൽ കളിക്കുകയും ചെയ്തു.

എലിക്ക് പിന്നാലെ പാഞ്ഞ ചിലർ വീണു. ചിലർ ചീത്തവിളിച്ചു.

കൃഷ്ണൻ കുന്നിലെ കരണങ്കോട് ഇല്ലമായിരുന്നു ദുരിതാശ്വാസക്യാമ്പ്.

നാലുപാടും വെള്ളം ആക്രമിച്ചുകേറിയിട്ടും പ്രതാപംവിടാതെ നില്ക്കുന്ന ഇല്ലം അത്ഭുതമായിരുന്നു. അതിന്റെ ഓടുമേഞ്ഞ മേല്ക്കൂരയും, വിശാലമായ തിരുമുറ്റവും, മുമ്പിലെ കൽവിളക്കും ഇപ്പോ മഴകുളിച്ച് നില്പാണ്. അതിപ്പോ ആരും കത്തിക്കാറില്ല. അവർണ്ണർ ഇല്ലത്തുകേറിത്തുടങ്ങിയപ്പോൾത്തന്നെ ഇതിനി വേണ്ടാന്ന് നമ്പൂരിപ്പാട് പ്രഖ്യാപിച്ചുവത്രേ.

എലി കൈതക്കാടിറങ്ങി ഓടിയപ്പോൾ രാമൻകുന്നുകാർ അതിന്റെ പുറകെവച്ചു.

എലിയപ്പോൾ പിൻതുടർന്നവരെ കബളിപ്പിച്ച് കരണങ്കോട് ഇല്ലത്തേക്ക് പാഞ്ഞു. പിന്നെയത് കൽവിളക്കിൽക്കേറി കീഴോട്ട് ചാടി. അപ്പോഴേക്കും പഠിപ്പുരകടന്ന് ഇരുവശവും മതിലുകളുള്ള നനഞ്ഞ മൺപാതയിലൂടെ രാമൻകുന്നുകാരും പുറകെ എത്തീരുന്നു. എലിയപ്പോൾ വടക്കേഭാഗത്തേക്ക് പാഞ്ഞു. പൊടുന്നനെ കാണാതായ എലിയെ ഗണപതിക്കുന്നേൽ മാധവനാണ് കണ്ടതും, അലറിയതും.

"അതാ. ആ നായിന്റെ മോൻ." എലിയപ്പോൾ ഇല്ലത്തിന് ചുറ്റും പാഞ്ഞ് പുറകിലെ കക്കൂസ് പൈപ്പിനടിയിൽ അല്പം ആശ്വാസം കണ്ടിരുന്നു. മാധവനെ കണ്ടതും എലി പിന്നെയും വേഗത്തിൽ പുറത്ത്കടന്ന് ആളുകൾക്കിടയിലൂടെ ഇല്ലത്തിന്റെ പൂമുഖംകടന്ന് അകത്തേക്ക് ഒളിച്ചു.

പുറകെയെത്തിയ തോട്ടാമണിശ്ശേരിയപ്പോൾ ഇല്ലത്തിന്റെ മരക്കതക് വലിച്ചടച്ച് അട്ടഹസിച്ചു.

"ഹഹഹ..ചൂവ്വാ കമരേമേ ബന്ധഹേ." പിന്നെ മറ്റുള്ളവരോട്

അലറി. “ജൽദി...വേഗം ചുറ്റുമുള്ള ജനാലകളും വാതിലുകളും വലിച്ചടയ്ക്കൂ. എലിയെ പുറത്ത് വിടരുത്.”

കാര്യമറിയാതെ ആളുകൾ അവരെ നോക്കി പരിഭ്രമിച്ചു.

തോട്ടാശ്ശേരി ഇല്ലത്തിന്റെ മരക്കതക് പെട്ടന്ന് താഴിട്ടു പൂട്ടി. ഇല്ലത്തിന് ചുറ്റുംപാഞ്ഞവർ ജനാലകളും വാതിലുകളുമെല്ലാം പൊടുന്നനെ വലിച്ചടച്ചു.

അകത്തുനിന്ന് കാര്യമറിയാത്തവരുടെ വിലാപമപ്പോൾ മഴയ്ക്കൊപ്പം ഇറങ്ങിവന്നു. ആകാശം പിന്നേയും വിങ്ങിക്കാണിച്ചു. അപ്പോൾ ഇല്ലത്തിനകത്തുനിന്നും നിലവിളികളുടെ കൂട്ട പെരുമ്പറകേട്ടു.

“ഞങ്ങളെ രക്ഷിക്കൂ..... ആ വാതിൽ തുറക്കൂ...”

വിലാപം പെരുകുകയാണ്. പക്ഷേ, ശത്രുവിനെ ലക്ഷ്യവെക്കുമ്പോൾ വിലാപം അചിന്തനീയമെന്ന *ദുര്യോധനവധം* നാടകം രാമൻകുന്നുകാർ നെഞ്ചിലിട്ടു.

കരണങ്കോട് ശങ്കരൻ നമ്പൂരിയും കുടുംബവും താമസിച്ചിരുന്ന ഇല്ലത്തിപ്പോൾ മൂത്ത സന്തതി കരണങ്കോട് വിശ്വൻ നമ്പൂരിയാണ് കാരണവർ.

ഉച്ചകഴിഞ്ഞിരുന്നു. മഴ ഇണങ്ങുകയും പിണങ്ങുകയും ചെയ്തു. എലിവധത്തിന് ചർച്ചനടത്തിയ രാമൻകുന്നുകാർ അവരുടെ അണപ്പും വെറുപ്പുമെല്ലാം ആൽമരച്ചുവട്ടിൽ ഇറക്കിവച്ചു. ആൽമരം പെയ്യുകയായിരുന്നു..അതിന്റെ തുഞ്ചത്ത് കാക്കകൾ കാറിക്കരഞ്ഞു.

എലിയെ പിടികൂടിയശേഷമേ തിരിച്ചുപോകൂ എന്നുപ്രഖ്യാപിച്ച് ദാസൻകുഞ്ഞ് പറഞ്ഞു. “ഡോ: പശുപതി പറഞ്ഞത് ചിന്തിക്കുക... എലി ഹമാരദേശത്തിലെ ശത്രുവാണ്. വിടരുത്. ബോലോ ഭാരത് മാതാ കീജയ്. എലിപ്പനി മാരകമാണ് എലിയും.”

രാമൻകുന്നുകാരത് ആവർത്തിച്ചുവിളിച്ചു.

“എലിപ്പെട്ടികളും, എലിക്കത്രികളും വച്ചാൽ വീഴുന്ന എലികളേ ഇവിടുള്ളൂ..” മണികണ്ഠൻ ക്ഷോഭിച്ചു.

“ഇത്രയും തന്ത്രശാലിയായ ഒരെലിയെ ഞാൻ കണ്ടിട്ടേയില്ല...” തോട്ടാമണിശ്ശേരി ശങ്കയിട്ടു.

“അളേലായതിനെ പിടിക്കാനായില്ലെങ്കിൽ പിന്നതിനെ കിട്ടില്ല.” മുരുകൻ പുകയിലതെള്ളി വായിലിട്ട് അസ്വസ്ഥപ്പെട്ടു.

“കൊല്ലണമതിനെ.” ദാസൻകുഞ്ഞ് തന്റെ കൊമ്പൻ മീശേല് തട്ടി വീര്യം കൂട്ടിക്കാണിച്ചു. അതെല്ലാം മൊബൈലിൽ പകർത്തുന്ന ശ്രീജന്റെ വാട്ട്സപ്പിൽ പൊടുന്നനെ സന്ദേശം തെളിഞ്ഞു.

കാസായിൽ മൂസയെ രക്ഷിക്കൂ. ഉമ്മംകുറിശ്ശിയിലെ വീടിന്റെ മൂന്നാം നിലയിൽ അയാൾ മൂന്ന് ദിവസമായി കഴിയുന്നു.

“മൂസയെ നമുക്ക് രക്ഷിക്കണം.” മഹേഷും പറഞ്ഞു

“അങ്ങോട്ടൊന്നും പോകാൻ കഴിയില്ല.. വെള്ളം വല്ലാത്ത വരവാ വരുന്നത്.” ശ്രീജൻ കണ്ണുരുട്ടി.

“ശരിയാ ....ഹീ...ഹീ..” മഹേഷ് ചിരിച്ചു.

ഇല്ലത്തിനകത്തൂനിന്നപ്പോൾ ആളുകൾ ദീനം ദീനം കരയുന്നതു കേട്ടു. കുറെ ആളുകൾ അകത്തുണ്ട് വെള്ളം ഉയരുന്നുണ്ട്. എന്താ ചെയ്യുക.. പൊന്നപ്പൻ ആശങ്കപ്പെട്ടു.

"വെള്ളംകേറിയാലേ എലിമുങ്ങിച്ചാകൂ".. ദാസൻകുഞ്ഞ് അരിശപ്പെട്ടു.

"വെള്ളമുയർന്നാൽ എലി ഉത്തരത്തേല് കയറൂല്ലേ."

"നേരാണല്ലോ!"കോമരം ആലോചിച്ചു.

"അപ്പോ ഇല്ലത്തിന് തീയ്യിടുകേ രക്ഷയുള്ളൂ."ദാസൻകുഞ്ഞ്.

"പെരുമഴയത്തത് ഇല്ലം കത്തില്ല." തോട്ടാമണിശ്ശേരി ദുരിശപ്പെട്ടു.

പൂമുഖത്തിരുന്ന ആളുകളപ്പോൾ ഓടിയെത്തി പരാതിപ്പെട്ടു. "വാതിൽ തുറക്കൂ... ആളുകൾ അകത്തുണ്ട്."

"കൂട്ടരെ ആശങ്കപ്പെടാതെ കാത്തിരിക്കൂ.. അവർക്കൊന്നും വരില്ല... ഞങ്ങളുണ്ടിവിടെ... പക്ഷേ, ഇപ്പോതുറന്നാൽ എലി പുറത്തേക്ക് പാഞ്ഞാളയും."

മഴ ശമിക്കാൻ തുടങ്ങി. കാക്കകൾ കലപില കൂറച്ച് ദൂരേക്ക് പറന്നു. കോമരം തങ്കപ്പനും, ശ്രീജനും, മഹേഷും, രാജേഷും, മണികണ്ഠനും... എല്ലാവരും അപ്പോൾ ജലം കുറയുകയാണന്ന് കണ്ടു.

"ദേ വെള്ളം പോണൂ.. മഴകുറഞ്ഞാൽ എലി രക്ഷപ്പെട്ടേക്കാം." തോട്ടാമണിശ്ശേരി ഉദ്വേഗപ്പെട്ടു.

"എന്തിനായിപ്പോ നിങ്ങക്കീ എലി. അതതിന്റെ വഴിക്ക്പോട്ട്." മാത മംഗലം സോമൻ മാഷ് അരിശപ്പെട്ടു. "ങ്ങള് ഇല്ലം തുറക്ക്. പുരകത്തു മ്പോൾ വാഴവെട്ടല്ല്."

"ഫാ നാറീ! നീയാരാടാ ചോദിക്കാൻ."അവരയാളെ വടികളുമായി വളഞ്ഞ് തല്ലാനാഞ്ഞു...സോമൻമാഷ് ഓടി....തെക്കേല പുളിമാവും, നെല്ലി മരവും കടന്ന്...അപ്പോ പുറകിൽ രാമൻകുന്നുകാരുടെ പോർവിളി കേട്ടു

"എലികൾ തുലയട്ടെ...പൂച്ചകൾപെരുകട്ടെ."

പുറത്തുള്ളവർ ഇല്ലത്തിനു ചുറ്റും നടന്ന് ഉള്ളിലായവരെ ആശ്വാസ വാക്കുകൾകൊണ്ട് തണുപ്പിക്കാൻ ശ്രമിച്ചുകൊണ്ടിരുന്നു. അപ്പോൾ ആൽത്തറയിൽ രാമൻകുന്നുകാർ ചർച്ചതുടർന്നു.

"നമ്മൾ കതകുതുറന്നാൽ എലി പുറത്തേക്ക് പാഞ്ഞാളയും ഉറപ്പാ." തട്ടാശ്ശേരി അഭിപ്രായപ്പെട്ടു.

"എലിയിപ്പോൾ മേല്ക്കൂരയിലാവും ഒളിച്ചിട്ടുണ്ടാവുക." ശ്രീജൻ പറഞ്ഞു.

"മേല്ക്കൂരയ്ക്ക് തീയ്യിട്ടാൽ അവൻ ചത്തത് തന്നെ. ഹീഹീഹീ" കോമരം അമുക്കിച്ചിരിച്ചു.

ആ ജന്തുവിനെ കൊല്ലാനാവാത്തതിന്റെ വേദന അയാളുടെ മുഖത്ത് തഴച്ചിരുന്നു. കോമരം തങ്കപ്പന്റ കാല് നീരുവന്ന് വീർത്തത് നോക്കി മറ്റു ള്ളവർ വേദനപ്പെട്ടു.

ഇല്ലത്തിനകത്ത് ആളുകളുടെ വിശപ്പിന്റെ നിലവിളിയപ്പോൾ ഉയർന്നു. ശ്രീജനപ്പോൾ വിളിച്ചുപറഞ്ഞു.

"അകത്ത് ഗ്യാസും സ്റ്റവ്വും പാത്രങ്ങളും, അരിയുമുണ്ട് കഞ്ഞിവെ

ക്കാമല്ലോ.''

''ഇല്ലത്തേ അരിയെല്ലാം നനഞ്ഞുപോയി.'' ആരോ ഉച്ചത്തിൽ പറഞ്ഞു.

''കാത്തിരിക്കൂ...അരികൊണ്ടുവന്നുതരാം..'' ദാസൻകുഞ്ഞ് ഉറപ്പുകൊടുത്തു.

''പക്ഷേ, എലി നമ്മുടെ ശത്രുവാണ്. എലിപ്പനി മാരകവും.''

വിശപ്പിന്റെവിളികൾ ദിക്കുകളെ ഭേദിക്കുംവിധം ഉയർന്നു. ആർക്കും കേൾക്കാവുന്ന വിധം അതൊരുപ്രകമ്പനമായി ലോകത്തെ തിന്നുകയാണ്.

വൈകുന്നേരമായപ്പോഴേക്കും ആരൊക്കയോ ഭക്ഷണവുമായി വന്നു. അവരുടെ വെളുത്ത വസ്ത്രത്തിന്മേൽ പ്രാവുകളുടെ ചിഹ്നങ്ങൾ കണ്ടു. പ്രാവുകൾ കരയുകയാണ്. രാമൻകുന്നുകാർ അവരെ തടഞ്ഞു.

''ആരെയും അകത്തേക്ക് കടത്താൻ കഴിയില്ല.. ഇല്ലം പൂട്ടിയിരിക്കയാണ്.''

''അകത്ത് പ്രായമായവരും, രോഗികളുമുണ്ട് ഈ ഭക്ഷണം അവർക്ക് കൊടുക്കണം.''ഒരാൾ അപേക്ഷിച്ചു.

അവരെ തടഞ്ഞുകൊണ്ട് ദാസൻകുഞ്ഞ് പറഞ്ഞു.

''ഇല്ലത്തുള്ളവർ മാന്യന്മാരാണ് അന്യരുടെ ഭക്ഷണം അവർക്കെച്ചിലാണ്.''

കൂട്ടത്തിൽ അറബിയേപ്പോലുള്ള ആൾ പറഞ്ഞു. ''ഭക്ഷണം മാനവികമാണ്.. ജീവന്റെ നിലനില്പാണ്. പ്രകൃതികരുതിവച്ച മുന്നറിയിപ്പുകളാണ് ഈ കെടുതികൾ. വിശക്കുന്നവർക്ക് ഭക്ഷണം നല്കുക മനുഷ്യധർമ്മമാണ്. '' അയാളുടെ മുഖം കരച്ചിലോളമെത്തീരുന്നു.

''ഞങ്ങൾ അഭിമാനികളാണ് ഇല്ലത്തിനകത്ത് അരിയും..സ്റ്റവ്വും മറ്റെല്ലാ സാധനങ്ങളുമുണ്ട്... ഞങ്ങൾക്ക് കുറവുകളൊന്നുമില്ല.'' ദാസൻകുഞ്ഞ് പാമ്പിനെപ്പോലപ്പോൾ ചീറ്റി. വന്നവർ അത്ഭുതം കൂറി.

ഭക്ഷണവുമായി തിരികെപ്പോയവരെനോക്കി അപ്പോൾ ഇല്ലത്തിനകത്തുനിന്നും വിശപ്പിന്റെ ആക്രന്ദനങ്ങൾ മുഴങ്ങീ. അപ്പോൾ കടലാസുതുണ്ടിൽ എന്തോ എഴുതിക്കൊണ്ട് സന്ദേശവാഹകൻ വന്നു.

ദാസൻകുഞ്ഞ് ചുരുൾനിവർത്തി വായിച്ചു. ദുരഭിമാനം മരണതുല്യം?

എലിയെ കൊല്ലണമെന്ന ചിന്തയിൽ ചുരുളയാൾ കീറിയെറിഞ്ഞു.

''ഇനി ഇല്ലത്തിന് തീവെക്കുകയാണ് ബുദ്ധി.''

''അപ്പോൾ കീഴെ ആളുകൾ മരിക്കൂല്ലേ!''

''അതെങ്ങനെ അവർ നില്ക്കുന്നത് വെള്ളത്തിലല്ലേ!''

''അതുശരിയാ.. അപ്പോ തീവെച്ചാലും കുഴപ്പമില്ല.''

''അതിവേഗം മേല്ക്കൂര കത്തിക്കണം അല്ലേൽ ഈയ്യെലി പലതും തുരക്കും.''

ഡോ പശുപതിയുടെ സന്ദേശമപ്പോൾ വാട്ട്സാപ്പിൽ തെളിഞ്ഞു.

എലിപ്പനിമാരകമാണ്.. എലിയും.

ദാസൻകുഞ്ഞ് തിരിച്ച് സന്ദേശമയച്ചു.

ഹമാരാദേശത്തിലെ ആ എലി ഇല്ലത്തിനകത്തുണ്ട്.... ഞങ്ങൾ ഇല്ലം

പൂട്ടിയിരിക്കുന്നു.

ബഹുത്തഛരാ..സന്ദേശം തിരിച്ചുകിട്ടി.

താമസിക്കേണ്ട അഗ്നിഹോത്രം നടത്തി ഇല്ലം ശുദ്ധീകരിക്കൂ. സന്ദേശം കിട്ടിയതും രാമൻകുന്നുകാർ ഉത്തേജിതരായി. ആവേശംമൂത്ത വർ പൂച്ചട്ടികളും, പാത്രങ്ങളുമെല്ലാം തട്ടിമറിച്ചിട്ട് ഇല്ലത്തിന് തെക്കും വടക്കും ഓടി. തോട്ടാമണിശ്ശേരി അപ്പോഴേക്കും ഇല്ലത്തിനകത്തുകയറി വടക്കിനീന്ന് മണ്ണെണ്ണ കണ്ടെത്തിയിരുന്നു.

ഞങ്ങളെ കൊല്ലരുതേ...... അകത്തുനിന്ന് ആളുകൾ കേണു.

ഇല്ലത്തിന്റെ തെക്കേമൂലയിലെ മേല്ക്കൂരയിൽ മണ്ണെണ്ണ ഒഴിക്കുമ്പോൾ മുത്തശ്ശി താഴെ മേശമേൽ ഇരുന്ന് കരയുന്നത് ശ്രീജൻ കണ്ടു. അയാൾക്കൊന്നും തോന്നിയില്ല. വടക്കേമൂലേന്ന് കോമരവും കിഴക്കേമൂലേന്ന് തോട്ടാമണിശ്ശേരിയും ഇല്ലത്തിന് തീകൊടുത്തു. അപ്പോൾ തടിയിൽതീർത്ത് ഓടുമേഞ്ഞ ഇല്ലത്തിന്റ പ്രതാപത്തിനുമേൽ തീ നാലു ഭാഗവുംനിന്ന് ഒരുപോലെ കത്തി.

തീ...തീ ...അതാളുകയാണ്. പഴയ തേക്ക്,ആഞ്ഞിലിമരഉരുപ്പടികളെല്ലാം കത്തിപ്പൊട്ടുമ്പോൾ അകത്തുനിന്നും വിലാപങ്ങൾ തുടർന്നു. പുറത്തേക്കുള്ള കതകുകൾ അവർ തകർക്കുകയാണ്.

പെട്ടന്ന് ദാസൻകുഞ്ഞത് കണ്ടു. ഉത്തരത്തിന്റെ തെക്കേവിടവിലൂടെ എലി പുറത്തേക്ക് ചാടുന്നു. അയാൾ ആർത്തലച്ചു.. "അതാ ആ തെമ്മാടി പുറത്തേക്ക് ചാടി!"

മറ്റുള്ളവർ ഓടിയടുത്തതും പെട്ടെന്നത് മുറ്റത്തെവെള്ളത്തിലൂടെ നീന്തി ആൽത്തറചാടി കൂറ്റൻ ആൽമരത്തിലേക്ക് കേറി.. പിന്നെ ഒരു കൂസലുമില്ലാതെ മരത്തിന്റെ തുഞ്ചത്തെത്തി ആശ്വസിച്ച് കീഴോട്ടുനോക്കി ചുണ്ടുകൂർപ്പിച്ചു. രാമൻകുന്നുകാരപ്പോൾ എലിയെകാണാനാവാതെ ആലിനുചുറ്റും ഓടുകയും, വിറളിപിടിച്ച് എന്തൊക്കയോ പുലമ്പുകയും ചെയ്തു.

എലികൾക്ക് കേറാനും ഇറങ്ങാനും, ഒളിക്കാനും അനായാസം കഴിയുന്ന ധാരാളം വിടവുകളെക്കുറിച്ച് മനസ്സിലാക്കാതെപോയതിൽ ദാസൻകുഞ്ഞ് ഉച്ചത്തിൽ വിളിച്ചു. "ഭാരത്മാതാകീ ജയ്."

ഇല്ലത്തിന്റെ വാതിലുകളെല്ലാം പൊളിഞ്ഞുവീഴുന്ന ശബ്ദംകേട്ടു. ആളുകൾ പുറത്തേക്ക് ഓടിയിറങ്ങുന്നതും കണ്ടു. ഇനിയും അവിടെ നില്ക്കുന്നത് പന്തിയല്ലന്ന് കണ്ട് ദാസൻകുഞ്ഞ് അലറി.

ജൽദി. ദൗഡോ രാമൻകുന്നിലേക്ക് വേഗം ഓടൂ. മറ്റുള്ളവർ അയാളെകേട്ട് പുറത്തേക്ക് പാഞ്ഞു.

അവർ ഓടി..നടുമുറ്റത്തെ കൽവിളക്ക് കടന്ന് രാമൻകുന്നിനെ ലക്ഷ്യമിട്ട്.

സീതത്തോടും, ഉമ്മൻകുറിശ്ശിപ്പാലവും കേറി അവർ ഓടി കൂടുതൽ കൂടുതൽ മുകളിലേക്ക്. അപ്പോൾ അകലെ ആളുകളുടെ നിലവിളികൾ ഉയരുന്നതുകേട്ടു. പൊടുന്നനെ രാമൻകുന്നും അതിലെ തങ്ങളുടെ വീടുകളും കാണാനാവാതെ അവർ വിറളിപിടിച്ചു. അയ്യോ! എവിടെ തങ്ങളുടെ വീടുകൾ...എവിടെ തങ്ങളുടെ ബന്ധുക്കൾ... അവരുടെ വീടുകൾ നിന്നിടമി

പ്പോൾ തികച്ചും ശൂന്യം. മരങ്ങൾപോലുമില്ല. മണ്ണുവീണ് കുന്ന് പരവതാനിപോലെ കണ്ടു. ആൽത്തറയും, ഗണപതിഅമ്പലവും അതിനടുത്ത് കൂറ്റൻ ആഞ്ഞിലിമരവും നിന്നിടമിപ്പോൾ ചുമന്ന മണ്ണുമാത്രം.. ചെളികുഴഞ്ഞത് വെള്ളം ഒലിപ്പിക്കുന്നു. അപ്പുറം പുതിയ തോട് ചാലുകീറുന്നു. അവർ താന്താങ്ങളുടെ വീടുകൾ കണ്ടെത്താനാകാതെ കരഞ്ഞു. ജീവൻപാതിയായ നിലവിളിക്കുന്ന കുട്ടികളും, സ്ത്രീകളും മറ്റുചിലരും അവരെ പൊതിഞ്ഞു. ചിലരുടെ കൈകളും, കാലുകളും മണ്ണിന് മുകളിലേക്ക് തള്ളിക്കിടക്കുന്നു. ഭൂമി പിണങ്ങി... മലയിടിഞ്ഞ് മനുഷ്യരെ ഉള്ളിലാക്കിയിരിക്കുന്നു.

ഏതോ പെൺകുട്ടിയുടെ കരച്ചിൽകേട്ടു..അവർ അങ്ങോട്ട് ഓടി. കീറിപ്പറിഞ്ഞവസ്ത്രങ്ങളുമായി ഒരു പെൺകുട്ടി മണ്ണ്മാന്തി കരയുന്നു. അവളുടെ കൈനിറയെ ചെളി..“അമ്മേ..ചേട്ടായി.. ചേച്ചി.......”

തോട്ടാമണിശ്ശേരീ പൊടുന്നനെ അവളെകോരിയെടുത്തുമ്മവച്ചു. അവളുടെ കീറിയ കുഞ്ഞിപ്പാവാട നേരെയിട്ടു.

മഴ, മല, മരം, മണ്ണ് എന്നെഴുതിയ സ്ളേറ്റ് അപ്പോഴുമവൾ മുറുക്കിപിടിച്ചിരുന്നു. അവളുടെ കവിളിലെ ചോര തോട്ടാമണിശ്ശേരി തൂത്തെറിഞ്ഞു. “മോള് കരയരുത്.. മോൾക്ക് അച്ഛനുണ്ട്.” അയാൾ കരഞ്ഞു. കൂടെയുള്ളവരും കരഞ്ഞു.

“എനിക്ക് വിശക്കുന്നച്ഛാ..” അയാളപ്പോൾ ചുറ്റും തിരഞ്ഞു... എന്താണവൾക്ക് കൊടുക്കുക?

അപ്പോൾ ആരൊക്കയോ അവരുടെ അടുത്തേക്ക് വരുന്നത് കണ്ടു.

ദാസൻകുഞ്ഞും, ശ്രീജനും, കോമരം തങ്കപ്പനും മറ്റുള്ളവരും കണ്ണിൽ കണ്ണിൽ നോക്കി.

മുമ്പ് ഭക്ഷണവുമായി വന്നവർ ഇവിടേയും എത്തിയിരിക്കുന്നു!!!!

അവരുടെ വസ്ത്രങ്ങളിൽ പ്രാവുകൾ കരഞ്ഞ് ചിറകടിക്കുന്നു. കൈകളിൽ ഭക്ഷണപ്പൊതികൾ. അതിൽനിന്ന് നല്ലവെന്ത ബിരിയാണി മണം രാമൻകുന്നുകാരെ കുഴക്കി..

അവരിൽ വെളുത്ത ഉയരംകൂടിയ തലമറച്ച ആൾ മുന്നോട്ട്കേറിവന്ന് പുഞ്ചിരിച്ചു.

പിന്നെ അലിവോടെ പറഞ്ഞു.

“മാന്യ മിത്രമേ..ഞങ്ങൾ ഇവിടെത്തന്നെയുണ്ട്.. കേൾക്കൂ..പ്രകൃതിക്ക് ഭൂമിയൊരുടലാണ്. അതിന്റെ ഒരുഭാഗം വേദനിക്കുമ്പോൾ മറുഭാഗമാണ് അതുണക്കുന്നത്. അതിനെ നിരാകരിക്കുന്നത് മനുഷ്യത്വമല്ല.. അതുകൊണ്ട് അനുവദിക്കുക, ഞങ്ങളാകുട്ടിക്ക് അല്പം ഭക്ഷണം കൊടുത്തോട്ടെ.”

– കഴുമരത്തിൽ കിടക്കുന്നവനെനോക്കി മൂഢൻ
ചിരിക്കുകയേയുള്ളൂഅവൻ കരയുന്നത്
നിന്റ സങ്കടം കണ്ടിട്ടുമല്ല.

9 789388 485593

Printed by Libri Plureos GmbH in Hamburg,
Germany